ஆனைவாரியும் பொன்குருசும்

ஆனைவாரியும் பொன்குருசும்

வைக்கம் முகம்மது பஷீர் (1908 –1994)

1908 ஜனவரி 19ஆம் தேதி கேரளா வைக்கம் தாலுகாவில் தலயோலப் பரம்பில் பிறந்தார். பத்தாம் வகுப்புப் படிக்கும்போது வீட்டைவிட்டு ஓடி, இந்திய தேசிய காங்கிரசில் சேர்ந்து உப்பு சத்தியாக்கிரகத்தில் கலந்துகொண்டார். சுதந்திரப் போராட்ட வீரராகச் சென்னை, கோழிக்கோடு, கோட்டயம், கொல்லம், திருவனந்தபுரம் சிறைகளில் தண்டனை அனுபவித்தார். பகத்சிங் பாணியிலான தீவிரவாத அமைப்பொன்றை உருவாக்கிச் செயல் பட்டார். அமைப்பின் கொள்கை இதழாக *உஜ்ஜீவனம்* எனும் வார இதழையும் துவக்கினார்.

பத்தாண்டுகள் பாரதமெங்கும் தேசாந்திரியாகத் திரிந்தார். பிறகு, ஆப்பிரிக்காவிலும் அரேபியாவிலும் சுற்றினார். இக்காலகட்டத்தில் பஷீர் செய்யாத வேலைகளே இல்லை. ஐந்தாறு வருடங்கள் இமயமலைச் சரிவுகளிலும் கங்கையாற்றின் கரைகளிலும் இந்துத் துறவியாகவும் இஸ்லாமிய சூஃபியாகவும் வாழ்ந்தார்.

சுதந்திரப் போராட்ட வீரர்களுக்கான மத்திய மாநில அரசுகளின் ஓய்வூதியம், ஃபெல்லோஷிப், இந்திய அரசின் பத்மஸ்ரீ விருது, கோழிக்கோடு பல்கலைக்கழகத்தின் டி.லிட்., சம்ஸ்கார தீபம் விருது, பிரேம் நசீர் விருது, லலிதாம்பிகா அந்தர்ஜனம் விருது, முட்டத்து வர்க்கி விருது, வள்ளத்தோள் விருது, ஜித்தா அரங்கு விருது போன்ற பல்வேறு விருதுகள் பெற்றவர்.

1994 ஜூலை 5ஆம் தேதி காலமானார்.

மனைவி : ஃபாபி பஷீர், **மக்கள்** : ஷாஹினா, அனீஸ் பஷீர்.

குளச்சல் யூசுஃப்

மொழிபெயர்ப்பாளர்

குமரி மாவட்டம், குளச்சலில் பிறந்தவர். தற்போது நாகர்கோவிலில் வசித்து வருகிறார். வைக்கம் முகம்மது பஷீரின் படைப்புகள் உட்பட முப்பதுக்கும் மேற்பட்ட நூல்களைத் தமிழில் மொழிபெயர்த்துள்ளார். செம்மொழித் தமிழாய்வு மத்திய நிறுவனத்துக்காக நாலடியார் அறநூலை மலையாளத்திலும் மொழியாக்கம் செய்துள்ளார். மொழிபெயர்ப்பிற்கான சாகித்ய அகாதெமி, தொ.மு.சி. ரகுநாதன், ஆனந்த விகடன், உள்ளூர் பரமேஸ்வரய்யர், வி.ஆர். கிருஷ்ணய்யர், நல்லி திசையெட்டும், ஸ்பாரோ, கவிக்கோ உட்பட பல்வேறு விருதுகள் பெற்றுள்ளார்.

மின்னஞ்சல்: kulachalsmyoosuf@gmail.com

அலைபேசி: 99949 23926

வைக்கம் முகம்மது பஷீர்

ஆனைவாரியும் பொன்குருசும்

தமிழில்
குளச்சல் யூசுஃப்

காலச்சுவடு பதிப்பகம்

அன்பார்ந்த வாசகருக்கு,

வணக்கம்.

காலச்சுவடு நூலை வாங்கியமைக்கு நன்றி.

நூலின் உள்ளடக்கம், உருவாக்கம், அட்டைப்படம் இன்ன பிற அம்சங்கள் பற்றிய உங்கள் கருத்துகளையும் ஆலோசனைகளையும் காலச்சுவடு வரவேற்கிறது. தகவல், எழுத்து, வாக்கியப் பிழைகள் தென்பட்டால் கட்டாயம் தெரிவித்து உதவுங்கள். நூல் தயாரிப்பில் கடும் குறைபாடு இருப்பின் மாற்றுப் பிரதி உங்களுக்குக் கிடைக்கக் காலச்சுவடு ஏற்பாடு செய்யும்.

மின்னஞ்சல்: publisher@kalachuvadu.com

காலச்சுவடு நாகர்கோவில் தலைமையகத்துக்கும் கடிதம் அனுப்பலாம்.

தங்கள்
எஸ்.ஆர். சுந்தரம் (கண்ணன்)
பதிப்பாளர் — நிர்வாக இயக்குநர்

ஆனைவாரியும் பொன்குருசும் ♦ குறுநாவல் ♦ ஆசிரியர்: வைக்கம் முகம்மது பஷீர் ♦ மலையாளத்திலிருந்து தமிழில்: குளச்சல் யூசுஃப் ♦ © ஷாஹினா, அனீஸ் பஷீர் ♦ முதல் பதிப்பு: நவம்பர் 2011, ஆறாம் பதிப்பு: ஜூன் 2023 ♦ வெளியீடு: காலச்சுவடு பப்ளிகேஷன் (பி) லிட்., 669 கே. பி. சாலை, நாகர்கோவில் 629001

aanaivaariyum ponkurucum ♦ Novelette ♦ Author: Vaikom Mohammed Basheer ♦ Translated from Malayalam by: Colachel Yoosuf ♦ © Shahina, Anees Basheer ♦ Language: Tamil ♦ First Edition: November 2011, Sixth Edition: June 2023 ♦ Size: Demy 1 x 8 ♦ Paper: 18.6 kg maplitho ♦ Pages: 72

Published by Kalachuvadu Publications Pvt. Ltd., 669 K.P. Road, Nagercoil 629 001, India ♦ Phone: 91-4652-278525♦ e-mail: publications @kalachuvadu.com ♦ Printed at Adyar Students Xerox Pvt. Ltd., No. 275 Habibullah Road, Triplicane high Road, Opp Triplicane Post Office Triplicane, Chennai 600005

ISBN: 978-93-80240-77-0

06/2023/S.No. 422, kcp 4454, 18.6 (6) uss

ஆனைவாரியும் பொன்குருசும்

ஒன்று

பகவான் அனுக்கிரகத்துடன் என்று ஆரம்பிப் போமா? ஊரில் இரண்டு யானைகள் இருந்தன. இரண்டுமே சாத்தங்கேரி மனை*யைச் சேர்ந்தவை. ஒரு யானையின் பெயர்: சின்ன நீலாண்டன். இன்னொன் றின் பெயர்: பாருக்குட்டி. இரண்டுமே ஊரிலுள்ளவர் களின் கண்மணிகளாக வாழ்ந்து வருகின்றன.

சின்ன நீலாண்டன் மகாதுஷ்டன். பெரும் கம்பீரமும் கொண்டவன். பயங்கரமான, நீண்ட இரண்டு தந்தங் களும் உண்டு. தந்தங்களின் நுனிகள் ஊசிமுனை போலி ருக்கும். உலகத்தின் போக்கில் அதற்கு ஏதாவது பிடிக்காமல் போனால் உடனே ஒரு பாகனைக் கொன்றுவிடும். இந்தத் தேவைகளைக் கருதிச் சாத்தங்கேரி மனையின் காரணவரான கொச்சுநாராயணன் நம்பூதிரிபாடு நிறைய பாகன்களை ஸ்டாக்கில் வைத்திருந்தார். சின்ன நீலாண்ட னுக்காக மட்டுமே ஆறுபேர் இருக்கிறார்கள். இதில் வழுக்கைத் தலையர்கள் யாருமில்லை. தலைமுடியைச் சுற்றிப்பிடித்து மரத்தில் அடித்துத்தான் சின்ன நீலாண்டன் தனது பாகன்களின் கதையை முடிக்கும். பிறகு, ஊசித் தந்தங்களால் ஆவேசமாகக் குத்தும். எல்லாம் முடிந்த பிறகு இரண்டு மூன்று நாட்கள் கோபத்துடன் திரியும். அந்த நாட்களில் ஊரே திருவிழாக் கோலம் பூண்டிருக்கும்.

சின்ன நீலாண்டன் இன்றுவரை பதினொரு யானைப் பாகன்களை மரங்களில் அடித்தும் குத்தியும் கொன்றும் கொலைத் தாண்டவமாடியிருக்கிறது.

பாருக்குட்டி மிகவும் சாது. தந்தங்கள் கிடையாது. இதுவரையும் யாரையும் கொன்றதுமில்லை. கொலைத்

---
* இல்லம்

தாண்டவமாடியதும் கிடையாது. அமைதி. அதற்குப் பெயரளவில் மட்டும் ஒரேயொரு பாகன் இருக்கிறான். இல்லாமலிருந்தாலும்கூடப் பிரச்சினை எதுவுமில்லை. சத்குணச் சிந்தாமணி. அதை யார் வேண்டுமானாலும் எப்போது வேண்டுமானாலும் தொடலாம். ஆனால், வாலிலிருந்து முடியை மட்டும் பிடுங்கி யாரும் அதை வேதனைப்படுத்திவிடக் கூடாது.

ஊரில், சின்ன நீலாண்டன் மீது பரிவும், பாருக்குட்டியிடம் வெறுப்பும் கொண்ட ஒரு பிரமுகர், ஆனைவாரி ராமன் நாயர். இதற்கு மாறாக, பாருக்குட்டியின் மீது நட்புப் பாராட்டி அதற்கு வெல்ல உருண்டை, பழம் போன்றவைகளை வாங்கிக் கொடுத்தும், அதே நேரம் சின்ன நீலாண்டன்மீது வெறுப்புக் காட்டாமலுமிருக்கும் ஊரின் மற்றொரு பிரமுகர், பொன்குருசு தோமா.

இந்த உலகம், இதில் வாழுகிற அனைவருடையதும்தான். தனிநபர் சொத்துரிமை கூடாது. தேவைப்படும் யாரும் யாருடையதையும் எடுத்துக் கொள்ளலாம். இப்படியான சமத்துவத் தரிசனப் பார்வையுடையவர்கள்தான் ஆனைவாரி ராமன்நாயரும் பொன்குருசு தோமாவும்.

ஆனைவாரியும் பொன்குருசும் தோழர்கள். பண்டொரு காலத்தில் அம்முக்குட்டி என்னும் பெயர்கொண்ட ஒரு மாதர்குலத் திலகம், காதல் சம்பந்தப்பட்ட பிரச்சினையில் ஆனைவாரி ராமன் நாயரை இலேசாகக் கொஞ்சம் ஏமாற்றினாள். அந்தநாள் தொட்டு அவனுக்குப் பெண் குலத்தோடு பெரிய அளவிலான மரியாதை எதுவுமில்லை. ஆனால், அவர்கள்மீது மரியாதையும் மதிப்பும் வைத்திருக்கும் ஒரு சிந்தாந்தவாதி பொன்குருசு தோமா.

உலகத்தின் போக்குக் குறித்து ஒவ்வொரு மனிதனுக்குமே அதிருப்தி தோன்றும் சில கட்டங்கள் வருமல்லவா? இம்மாதிரியான சந்தர்ப்பங்களில் ஆனையை அள்ளி ராமன்நாயர் எங்கிருந்தாவது ஒரு நான்கைந்தணா சம்பாதித்துப் பழமும் வெல்லமும் வாங்குவான். பிறகு, தரையில் கிடக்கும் இரண்டு மூன்று மண்கட்டிகளையும் பொறுக்கிக்கொண்டு பாருக்குட்டியும் நீலாண்டனும் நிற்குமிடத்துக்குப் போவான். பாருக்குட்டியின் கண்முன் வைத்து வெல்லத்தையும் பழத்தையும் நீலாண்டனுக்குக் கொடுப்பான். அதற்கடுத்தபடியான வேலையாக, மண் கட்டியால் பாருக்குட்டியின் விலாவைக் குறிபார்த்து மூன்று எறி வைப்பான். அதிகமாகவெல்லாம் வலிக்காமலிருந்தாலும் பாருக்குட்டி சத்தம்போட்டு அலறுவாள். பெண்ணல்லவா . . . அப்போது ஆனைவாரி சொல்வான்:

"போடீ களுதெ"

இதைப் பார்க்கும்போது பொன் குருசு கேட்பான்:

"ஆனைவாரி வா ... ஒனக்கென்ன கிறுக்குப் பிடிச்சிப் போச்சா?"

ஆனைவாரி பெரிய முன்கோபி! கோபம் மூக்கில்தான் நிற்கும். அவன் கோபத்துடன் எச்சரிக்கைவிடுவான்.

"பொங்குருசு, இனி ஏதாவது பேசுனே, உம் மூக்கை வெட்டி [illegible] போட்டுடுவேன்."

பொன்குருசு தோமா ஒரு சமாதானப் பிரியன். ஆகவே, அவன் பதில் சொல்லமாட்டான்.

ஆனைவாரியும் பொன்குருசும் ஒருகாலத்தில் வெறும் ராமன்நாயரும் தோமாவுமாகத்தானிருந்தார்கள். இவர்களுக்கு ஆனைவாரி என்றும் பொன்குருசு என்றும் இரண்டு பட்டப் பெயர்களைச் சூட்டியது யார்? இந்தக் கேள்வியை, பணிவான இந்த வரலாற்றாசிரியன் ஒரு நூறு தடவையாவது அவர்களிடம் கேட்டிருப்பான். கடைசியில், அவர்கள் தகுந்த ஆதாரங்களுடன் விளக்கமாகச் சொன்னார்கள். ஊர்க்காரர்கள் அனைவருக்கும் இது தெரிந்த விஷயம்தான். வரலாற்று மாணாக்கர் அறிந்து கொள்வதற்காகவே அவற்றை நான் இங்கே பதிவு செய்கிறேன்.

இரண்டு

சின்ன நீலாண்டன் ஆறாவது யானைப் பாகனையும் கொன்று தீர்த்துவிட்டு ஒன்றுமறியாதவன்போல் சும்மா அப்படியே பிணக்கத்துடன் திரிந்த காலமது.

அன்று ராமன் நாயர், வெறும் ராமன் நாயரும் தோமா, வெறுந்தோமாவாகவும்தானிருந்தார்கள். அவர்களது மரியாதைக்குரிய சகபாடிகளாகிய தொரப்பன் அவரானும் டிரைவர் பப்புண்ணியும் அப்போது, வீடு தகர்ப்பு, தீவட்டிக் கொள்ளை, கன்னக்கோல் போன்ற வித்தைகளின் உயர் கல்வி நிமித்தமாக அயலூர்களில் சஞ்சரித்துக்கொண்டிருந்தார்கள். ஆகவே, உள்ளூரின் முக்கியமான அனைத்துச் சச்சரவுகளுக்குமான தலைமைப் பொறுப்பை ராமன்நாயரும் தோமாவும் சுயமாக ஏற்றுக் கொண்டிருந்தார்கள். இவர்களது சீடர்கள் என்று சும்மாவேனும் சொல்லிக்கொண்டிருப்பவர்கள்தான் மடையன் முத்தபாவும் எட்டுகாலி மம்மூஞ்ஞும் போன்றவர்கள்.

ஊரின் பிரதம பாக்கெட்டடிக்காரன் என்ற பதவிக்காக மடையன் முத்தபா முயற்சி செய்துகொண்டிருந்தான்.

கோழி பிடிப்பது, தேங்காய் பறிப்பது, பாக்குப் பறிப்பது போன்ற திருட்டுத் தொழில்களைச் செய்வதற்காக இரவுப் பொழுதுகளில் எட்டுகாலி மம்மூஞ்ஞும் அப்போது பயிற்சியெடுத்துக் கொண்டிருந்தான்.

இதுபோன்ற எளிமையான கலைகளில் ராமன்நாயருக்கும் தோமாவுக்கும் பெரிய ஆர்வம் எதுவுமிருக்கவில்லை. இருந்தாலும், சிறுஅளவிலான சில உபதேசங்களைச் சொல்லிக்கொடுத்திருந்தார்கள். தனிநபர் சொத்துரிமைக்கெதிரான மிகப்பெரிய அளவிலான போராட்டம் நடத்துவதைத்தான் அவர்கள் விரும்பினார்கள்.

அநீதியை எந்த இடத்தில் கண்டாலும் எதிர்க்க வேண்டும். தோமாவுக்கும் ராமன் நாயருக்கும் வேறு வேலைகளெதுவும் கிடையாது. அப்படியிருக்கும்போது எட்டுகாலி மம்மூஞ்ஞு வந்து சொன்னான்:

"விசியந் தெரியுமா? நம்ம சின்ன நீலாண்டன், ஆனைக்காரனக் கொன்னுட்டு போலீசுத் தரகன்மாரெ குத்திக்கொல்றதுக்காக விரட்டுது."

போலீஸ்காரர்களுக்கெதிராக மக்கள் ஏற்கனவே தீர்ப்பெழுதிவிட்டார்கள். போலீஸ்காரர்களையும் அரசாங்கத்தையும் தரகர்கள் என்றுதான் ஊர்க்காரர்கள் சொல்வார்கள். சின்ன நீலாண்டன், போலீஸ்காரர்களைக் குத்துவதிலோ விரட்டிச் செல்வதிலோ அவர்களுக்கு எந்த எதிர்ப்புமில்லை. நன்றாக விரட்டட்டும். சின்ன நீலாண்டன் ஏதோ ஆசைப்பட்டல்வா விரட்டுகிறது? உள்ளூரில் ஆக மொத்தம் இரண்டு போலீஸ்காரர்களிருக்கிறார்கள். அவர்களைப் புரட்டியெடுக்க வேண்டியது மக்கள் நலன் சார்ந்த விஷயம்தான்! சின்ன நீலாண்டனே அதைச் செய்து முடிக்கட்டும்! ராமன்நாயரும் தோமாவும் அசையவே இல்லை.

எட்டுகாலி மம்மூஞ்ஞு கேட்டான்:

"நாம போகவேண்டாமா?"

தோமாவும் ராமன்நாயரும் ஏக காலத்தில் அழுத்தமாக முனகி வைத்தார்கள்

"ம்ஹூம்."

பெரும் ஆரவாரம். ஊரிலுள்ள பிரபலமான எல்லா நாய்களும் சேர்ந்து குரைத்தன. ஜனத்திரளின் கூக்குரல். கொந்தளிப்பு... எல்லாமே அதிகரித்துக்கொண்டிருந்தன. அப்போது முக்கியமான ஒரு செய்தியுடன் மூச்சுவாங்கியபடியே ஓடி வந்த மடையன் முத்தபா சொன்னான்:

"போலீசு ... தரகன்மாரு சொல்றானுவ ... நம்ம சின்ன நீலாண்டன ... சுட்டுக் கொல்லணும்னு."

ம்ஹூம்? பிறகு தோமாவாலும் ராமன்நாயராலும் அமைதியாக இருக்கமுடியுமோ? அவர்களென்ன, கல்லா, மரமா? இரண்டு பேரும் குதித்தெழுந்தார்கள்.

அவர்கள் நான்குபேர்களாக ஓடினார்கள்.

தோமாவும் ராமன் நாயரும் சம்பவ இடத்திற்குப் போய்ச் சேர்ந்ததுமே மகத்தான மக்கள் தலைமையை ஏற்றெடுத்துக் கொண்டார்கள். அவர்கள் வீராப்புடன் இரண்டு கோஷங்களை முன் வைத்தார்கள்:

"போலீஸ் தரகர்கள் ஒழிக!"

"சின்ன நீலாண்டன் சிந்தாபாத்!"

மக்கள் ஒன்றுதிரண்டு ஆரவாரங்களுடன் முன்னேறிச் சென்று காவல் நிலையத்தைச் சுற்றி வளைத்தார்கள். யுத்த வெறிபிடித்த இடைத்தரகு அரசாங்கத்தின் அடிதாங்கி போலீஸ் தரகர்கள் நடுங்கிப்போய்விட்டார்கள். தோமாவும் ராமன்நாயரும் தாக்கீது செய்தார்கள். சின்ன நீலாண்டனைச் சுட்டுக் கொல்லவேண்டுமெனும் முடிவைப் போலீசார் எவ்வித நிபந்தனைகளுமின்றி வாபஸ் வாங்கவும், பொதுமக்களிடம் மன்னிப்புக் கேட்கவும் வேண்டும்."

"இல்லைன்னா?"

ராமன் நாயரும் தோமாவும் சேர்ந்து சொன்னார்கள் :

"போலீசுத் தரகர்களின் மூக்கை வெட்டி உப்புப் போட்டுடுவோம்."

கடைசியில் பொதுமக்களின் கோரிக்கைக்குப் போலீசார் கீழ்ப்படிந்தார்கள். அவர்களது தரகுப் பிற்போக்குத்தனமான அறிவிப்பை நிபந்தனைகளின்றி வாபஸ் வாங்கியதுடன் பொதுமக்களிடம் மன்னிப்புக் கேட்கவும் செய்தார்கள்.

இப்படியாக, சின்ன நீலாண்டப் போராட்டம் வெற்றி பெற்றது. பழம், வெல்ல உருண்டையெல்லாம் கொடுத்துப் பாருக்குட்டியின் உதவியுடன் சின்ன நீலாண்டனை ஆற்றிலிறக்கிக் குளிக்க வைத்து மகிழ்ச்சி ஆரவாரத்துடன் தளையிலிட்டார்கள்.

அன்று சாத்தங்கேரி மனையின் காரணவரான கொச்சு நாராயணன் நம்பூதிரிபாடு மக்களுக்கு ஒரு கஞ்சி விருந்தளித்தார் சக்கை*த் துவரனுடன். அப்படியாகத் திரும்பவும் ஊரில் நிம்மதியும் அமைதியும் நிலவின.

ஆனால், ராமன்நாயர், தோமா, எட்டுகாலி மம்மூஞ்ஞு, மடையன் முத்தபா ஆகியவர்களுக்குத்தான் நிம்மதியில்லை. தொழில் தெரியும். செய்வதற்கான ஆர்வமுமிருக்கிறது. ஆனால், வாய்ப்புத்தானில்லை. வேலையில்லாதவர்களுக்கான அரசாங்கப் படியும் அவர்களுக்குக் கிடைப்பதில்லை. இப்படியே வாழ்ந்து கொண்டிருக்கும்போது ஒரு வாய்ப்பு வந்தது. சிறு அளவிலானதுதான். சரி, ஏதோ கிடைத்தது போதும்!

---

* பலாக்காய்

அந்தக் காலத்தில் மூணு சீட்டு விளையாட்டுக்காரர் ஒத்தைக் கண்ணன் பாக்கரின் மகள் ஸைனபா*, வீட்டிலிருந்து சிறு அளவிலான வியாபாரம் செய்து வந்தாளல்லவா? – ஆப்பம், குழாய்ப் புட்டு, கடலைக்கறி, முட்டை, கப்பக் கிழங்கு*, சுக்குக் காப்பி, இடியாப்பம், நேத்திரம் பழம். இது எல்லாமே காலையில் ஆறு மணி முதல் ஒன்பது மணிவரைக்கும் மட்டும்தான் கிடைக்கும். இதையெல்லாம் வாங்கிச் சாப்பிட்டும் குடித்தும் கடன் சொல்லிக் கொண்டு மிருந்த வழக்கமான வாடிக்கையாளர்கள், ராமன்நாயர், தொரப்பன் அவரான், தோமா, எட்டுகாலி மம்மூஞ்ஞு, டிரைவர் பப்புஸ்வாமி, மடையன் முத்தபா ஆகியோர் – ஊரின் தலைசிறந்த அழகியாக இருந்த ஸைனபா, ஊரின் பிரதான மடையனாக இருந்த முத்தபாவின்மீது அப்போதே உள்ளூர மையல் கொண் டிருந்ததாக வரலாறு குறிப்பிடுகிறது. இது சம்பந்தமான, பல்வேறு அசைக்கமுடியாத ஆதாரங்களை ராமன்நாயராலும் தோமாவாலும் சமர்ப்பிக்க முடியும். முக்கியமாக அவர்கள் குறிப்பிடும் ஒரேயொரு ஆதாரம், ஸைனபா குழாய்ப் புட்டில் காண்பித்த பயங்கரமான ஒரு தகிடுதத்த வேலைதான். மடையன் முத்தபாவுக்கு அவள் கொடுக்கும் குழாய்ப்புட்டினுள் அவித்தக் கோழிமுட்டையை மறைத்துக் கொடுப்பதற்கான காரண மென்ன?

வரலாற்று மாணவர்கள் இதை ஆழ்ந்து சிந்திக்க வேண்டும். உன்னதமான சமத்துவச் சிந்தனைகளின்பால் நம்பிக்கைகொண் டிருப்பவர்களை மனவேதனைக்குள்ளாக்கும் விஷயமல்லவா இந்தப் பிற்போக்குத்தனமான நடவடிக்கை? எல்லோரும்தான் சாப்பிடுகிறோம். கடன் சொல்கிறோம். ஆனால், ஏன் எல்லோரது குழாய்ப்புட்டினுள்ளும் அவித்த கோழிமுட்டை மறைந்திருப்ப தில்லை?

“அழுகி, முடை நாத்தமடிக்கும் இந்த அநீதிக்கெதிராக நானும் ஏதாவது செய்யலாம்னு நெனச்சதுண்டு.” ராமன் நாயர் சொன்னான். ஆனால், தோமாதான் சம்மதிக்கவில்லை யாம். ஏனென்றால், மற்றவர்களைப்போலவே, ராமன்நாயரும் தோமாவும் ஸைனபாவுக்கு நிறைய காசு கொடுக்க வேண்டிய திருந்தது. இந்தக் கடன் பாக்கி விவரத்தை உலகோர் அனைவருமே அவரவர் வசதிப்படி வாசித்து அறிந்துகொள்வதற்காக வாசல் பலகையில் ஸைனபாவே எழுதி வைத்திருந்தாள். சுண்ணாம்பால் பெயரும் கரித்துண்டால் கடன்தொகையும். நமது இந்த

* மூணுசீட்டு விளையாட்டுக்காரனின் மகள் எனும் வரலாறு காண்க
* மரவள்ளிக் கிழங்கு

வரலாறு நிகழும் காலக்கட்டத்தில் கீழ்க்கண்ட விதமாக இருந்தன வரவு செலவுக் கணக்குகள்:

தொரப்பன்	–	0	அ
டய்வர்	–	0	அ
எட்டுகாலி	–	7	அ
தோமா	–	9	அ
ராமானாயர்	–	14	அ
முத்தபா	–	2	அ

இந்தக் கணக்குகளே தங்களைப் பற்றிய விவரங்களைப் பறைசாற்றிக் கொள்கிறதல்லவா? ஆனால், பயங்கரமான ஒரு அநீதியைப் பற்றி இந்தக் கடன் பலகை மூச்சே விட வில்லை. மடையன் முத்தபா எனும் சித்தாந்திக்குக் குறைந்த பட்சம் நாற்பதணா*வாவது பாக்கியிருக்கவேண்டும். ஆனால், வெட்கமோ பயிர்ப்போ இல்லாமல் அந்தப் பெண் இப்படி எழுதி வைத்திருக்கிறாள். ராமன்நாயர், ஸைனபாவை மனத்தால் “போடீ களுதெ” என்று திட்டிவிட்டு இறங்கி நடந்தான்.

‘அவித்த கோழிமுட்டை ஒழிக..! அநீதியான கணக்கு வழக்குகள் அத்தனையும் ஒழிக’ என்று தனக்குத்தானே கோஷ மிட்டபடியே ராமன் நாயர் நடந்துகொண்டிருந்தான். பெண் வர்க்கத்திற்குக் கடன்பட்டவனாக எப்படி வாழ முடியும்? இந்த முடை நாற்றம் வீசும் சமூகக் கட்டமைப்பை எப்படி மாற்றியமைப்பது? இப்படியாக யோசித்தபடியே நடந்துகொண் டிருந்தபோது ராமன் நாயருக்குச் சிறியதொரு கான்ட்ராக்ட் கிடைத்தது. ஒரு தொழில் வாய்ப்பு! உள்ளூரின் பனை வெல்ல வியாபாரி முண்டக் கண்ணன் அந்துரு, ராமன் நாயரைக் கூப்பிட்டு இரகசியமாக, திக்கித் திக்கிச் சொன்னார்.

“ரா... ரா... ராமன்னாயிரே!”

“என்ன விக்கங் காக்கா*?”

“அ... அ... அஞ்சு ரூவா.”

விஷயம் வேறொன்றுமில்லை! முண்டக் கண்ணன் அந்துரு, ஊரின் புகழ்பெற்ற கஞ்சன். வீட்டிலிருக்கும் வேலைக் காரிக்கு மாதம் இரண்டணா சம்பளமாகக் கொடுக்கவேண்டிய நிலையில் இப்பெரும் இழப்பை ஈடுகட்டுவதற்காக அவளை

* அணா = ஆறு பைசா
* அண்ணன்

நிக்காஹ் செய்து மனைவியாக்கிக்கொண்ட மனிதர். மனைவிக்குச் சம்பளம் கொடுக்க வேண்டாமல்லவா? வெல்ல வியாபாரம் தொடர்பான கொஞ்சம் விவசாயமும் முண்டக் கண்ணன் அந்துருவுக்கிருந்தது. விவசாய நிலத்தில் சாணியும் சாம்பலு மெல்லாம் இடுவது மிகவும் நல்லதல்லவா? ஊரில், பெரிய அளவில் விவசாயம் செய்யும் ஒருவராகக் குன்னேத்தாழத்துக் குட்டியாலி முதலாளியிருக்கிறார் அல்லவா, அவர் சாணி உரத்தையும் சாம்பலையும் ஆற்றங்கரையோரத்தில் மலை போல் குவித்துப் போட்டிருக்கிறார். கும்மிருட்டு. ஒரு மணி நேரவேலைதான்.

“கொஞ்சம் – இத்திபோலெ சாம்பல் வேணும.”

மட்டுமல்ல,

“அ . . . அ . . . அட்டுமாண்ஸ்.” என்று சொல்லிவிட்டு இரண்டு ரூபாய் முன்பணமாகக் கொடுத்தார்.

அதை வாங்கிக்கொண்டு ராமன்நாயர் வரும்போது, தோமாவும் எட்டுகாலி மம்மூஞ்னும் மடையன் முத்தபாவுமாகச் சேர்ந்து பாருக்குட்டிக்கு வெல்ல உருண்டை கொடுத்துக் கொண்டிருந்தார்கள். ராமன் நாயருக்குக் கோபம் வராமலிருக்குமோ? வந்தது! அவன், மிடுக்காக நின்று கூப்பிட்டான்:

“டேய் தோமா, இங்க வா.”

தோமா யாருடையவாவது அடிதாங்கிப் பயலா என்ன?

தோமா சொன்னான் :

“உம் பொண்டாட்டியைப் போய்டேய்னு கூப்பிடு.”

யாராக இருந்தாலும் சரி, மனைவியைப் பற்றிச் சொன்னால் கோபம் வரத்தான் செய்யும். இது சம்பந்தமாகச் சண்டைக்கு வராத ஆண்களே இருக்க முடியாது. ராமன் நாயருக்கும் பயங்கரமான கோபம் வந்தது. அவன் சொன்னான்:

“பொண்டாட்டியைப் பத்திப் பேசுனா தெரியும்லே, உம் மூக்கை வெட்டி உப்புப் போட்டுடுவேன்.”

தோமா கேட்டான்:

“உனக்கு ஏதுடா பொண்டாட்டி, நான் அவளைக் கூப்பிட?”

சரிதானே? மருந்துக்குக்கூட மனைவி கிடையாது. இருந்தாலும் . . . ராமன்நாயர் சொன்னான்:

“இந்த ஒரு தடவையும் உன்னை மன்னிச்சு விட்டுருக்கேன். போ!”

"எங்க போறதுக்கு, உனக்கு என்னடா ஆச்சுது?"

"நீ அது கூடக் கொஞ்சிட்டிருக்கறதப் பாத்ததும் எனக்குக் கோபம் வந்துட்டுது . . . இந்தா, பிடி. நுப்பதணா. உன் ஓம்ப தணா, எம் பதினாலணா, எட்டுகாலியோட ஏழணா, போயி, அந்த ஒத்தைக் கண்ணன், ஒண் ஐஸ் மங்கியோட மவளுட்டெ குடுத்துட்டு வா. வேலையிருக்கு."

ஓரணாவை மடையன் முத்தபாவுக்குத் தர்மக் கணக்கில் கொடுத்தான்.

அன்று நடுச்சாமத்தின் சுபமுகூர்த்த வேளை. நல்ல கூரிருட்டு. ஊர்க்காரர்களில் அதிகம் பேரும் தூங்கியிருந்தார்கள். தூங்காதவர்கள் ஏறிய ஒரு பரிசல், ஆற்றோரத்தில் வந்தணைந்தது. அதில், ராமன்நாயர், தோமா, எட்டுகாலி மம்மூஞ்ஞு, மடையன் முத்தபா ஆகிய பிரமுகர்களிருந்தார்கள். மடையன் முத்தபாவையும், எட்டுகாலி மம்மூஞ்ஞுவையும் அழைத்துக்கொண்டு வருவதற்கான காரணம், ராமன்நாயரதும் தோமாவினதும் நல்ல மனங்கள்தான். ஊக்குவித்தல்! நலிவுற்ற கலைஞர்கள்! மழைக்காலம். ஆற்றில் நல்ல நீரோட்டமிருந்தது. மூன்று கூடைகள், ஒரு மண்வெட்டி, மூன்று சுமை தூக்குபவர்கள். ஆனால், இருட்டுத்தான் இறுகிப் போய்க்கிடந்தது. பரிசலை எங்கே கட்டிப் போடுவது? எந்த முளைக்குச்சியையும் காணவில்லை. பரிசலை இழுத்துக்கொண்டு போய்விடாமலிருக்க எட்டுகாலி மம்மூஞ்ஞு பிடித்துக்கொண்டு நின்றிருந்தான். தோமா, இருட்டில் முளைக்குச்சியை தேடிக்கொண்டிருந்தான். நேரத்தை ஏன் பாழாக்கவேண்டும்? காலம் பொன்போன்றது. மண்வெட்டியையும் கூடைகளையும் எடுத்துக்கொண்டு ராமன்நாயரும் மடையன் முத்தபாவும் நடந்தார்கள். ஏற்கனவே இருந்த இருட்டை விடவும் இறுக்கமாகத் தெரிந்த சாணக்குவியலின் பக்கத்தில் கூடையை வைத்துவிட்டு ராமன்நாயர் மண்வெட்டியால் ஓங்கியோங்கி வெட்டியது மட்டும்தான் நினைவிருக்கிறது. அப்போது வானத்தையும் பூமியையும் அதிரச் செய்வதுபோல் அந்தச் சாணக்குவியல் ஒரு யானையாக மாறத் தொடங்கியது. நாய்களெல்லாம் கோரசாகக் குரைத்தன. ஊர்க்காரர்கள் திடுக்கிட்டு விழித்தார்கள். ருத்ரமூர்த்தியான அந்த யானையின் பயங்கரமான பிளிறலாக இருக்குமென்று நினைத்து விழித்துக் கொண்டவர்கள் மீண்டும் இழுத்து மூடிவிட்டுக் கண்களை அடைத்துப் படுத்துக்கொண்டார்கள். எல்லாமே கண நேரத்திற்குள் நடந்து முடிந்துவிட்டன. யானையின் அதே சத்தத்துடன் அலறிப் புடைத்தவாறே மடையன் முத்தபா ஆற்றில் பாய்ந்தான். பிறகு, ஊர்க்காரர்கள் அவனைப் பார்த்தது, இரண்டு நாட்களுக்குப் பிறகுதான். நீரின் பாய்ச்சலில் இழுத்துச்

செல்லப்பட்டு நான்கைந்து மைல் தூரம் போனபிறகுதான் அவனால் கரையேற முடிந்தது. சம்பவம் நடந்து ஒரு பத்து நிமிடம் கழிந்திருக்கும். தோமா, ஆந்தை முனகுவதுபோல் "டேய்... டேய்" என்று மெதுவாகக் குரல் கொடுத்தபடியே நடந்துகொண்டிருக்கும்போது ஒரு மரத்தின் மீதிருந்து ராமன்நாயர் மெதுவாகப் பதில் குரல் கொடுத்தான்.

தோமா கேட்டான்:

"நீ அங்க என்னடா செய்யிறே?"

என்ன கேள்வி இது? ஒரு மனிதன் மரத்திலேறித் தப்பிப் பிழைத்திருக்கிறான். அப்படியான நிலையில் இது என்ன கேள்வி? ராமன்நாயர் சொன்னான் :

"பயமாயிருந்தா நீயும் எப்பிடியாவது வந்து ஏறிடு. கொஞ்சம் முசுறு* கடியிருக்கும். பரவால்லே, வந்துடு."

தோமா சொன்னான்:

"நான் தைரியமுள்ளவன்டா. நீ எறங்கி இங்க வா."

தோமா வீரனென்றால் ராமன்நாயரும் வீரன்தான்! அவன் மெதுவாகக் கீழே இறங்கி வந்து கேட்டான்:

"ஏதோ அலறுன சத்தம் கேட்டுதே, அது என்னதுடா தோமா?"

தோமா சொன்னான்:

"நம்ம பாருக்குட்டிதான்."

யாருக்குத்தான் கோபம் வராமலிருக்கும்?

ராமன்நாயர் சொன்னான்:

"கழுவேறிக்குப் பொறந்த அவ கழுத்தை நான் அரைச்சுக் கூழாக்கிடுறேன்."

"நீ அதைக் கூடையிலெ அள்ளிப்போட்டு, கொண்டுபோகப் பாத்தேன்னா அது சத்தம் போடாதா? பாவம், அது பயந்துட்டுது! நம்ம சாதனம் கிடந்த இடம், இன்னும் கொஞ்சந் தள்ளியாக்கும். சரி, மம்மட்டியும் கூடையும் எங்கே?"

"அங்கே எங்கியாவதுதான் கெடக்கும். சரி, முத்தபா எங்கே?"

"அவன் உயிரைக் காப்பாத்த, ஆத்திலே குதிச்சி நீந்தி எங்கியோ போயிட்டான்."

---

* சிவப்பு எறும்பு

“எட்டுகாலி?” என்று கேட்ட உடனேயே எட்டுகாலி மம்மூஞ்னு சொன்னான்:

“விசியந் தெரியுமா? அது நம்ம பாருக்குட்டிதான்! கொஞ்சம் அங்க தள்ளிச் சின்ன நீலாண்டனும் நிக்குது. அது, மூச்சுக் காட்டல்லெ பாத்தீரா?”

தோமா சொன்னான்:

“ராமன்நாயரு போயி, சாதனத்தையெல்லாம் எடுத்துட்டுவா.”

“நீயே, போ.” ராமன்நாயர் சொன்னான்:

“ஏற்கனவே எங்க ரெண்டுபேருக்கும் ஆகாது.”

தோமா மெதுவாகப் பாருக்குட்டியின் பக்கத்தில் சென்றான்.

“எடியே, தங்கம், எம் பொன்னே, பாருக்குட்டீ, நான் உன்னெ வெட்டிக் கூடையிலெ அள்ளிப் போட்டுட்டுப் போக வந்த அந்த ராமன்நாயரில்லை. நான், உஞ் செல்ல தோமா. எடீ, கண்ணுமணியே ... நான் அந்த மம்மட்டியையும் கூடையையும் கொஞ்சம் எடுத்துக்கட்டுமா ... நீ அசைஞ்சுடாதெ.”

இப்படியாக, தோமா அமைதிப்படுத்துவதற்கான வார்த்தைகளைச் சொல்லத் தொடங்கியதுமே ராமன்நாயர் சொன்னான் :

“உன் இந்தக் கிண்ணாரப்* பேச்சை நிறுத்திட்டுச் சீக்கிரம் எடு. அதுகூடக் கிடந்து கொஞ்சாதே.”

தோமா பிறகு பேசவில்லை. செய்ய வந்த தொழில் சம்பந்தமான வேலையை முறையாகச் செய்து பரிசலை நிறைத்துவிட்டு அவர்கள் போய்விட்டார்கள். இரவோடிரவாகவே முண்டக் கண்ணன் அந்துருவை எழுப்பிப் பொருளைப் பரிசலோடு ஒப்படைத்துவிட்டுப் பாக்கி மூன்று ரூபாயையும் வாங்கிவிட்டுத் திரும்பும்போது யாரோ பின்னாலிருந்து “ஆனை வாரி” என்று மெதுவாகச் சொல்வது காதில் விழுந்தது. தோமாவாகயிருக்குமா ..? எட்டுகாலி சொல்லமாட்டான். யாரது?

அசரீரி . . !

அமைதியாக அவர்கள்போய்ப் படுத்துத் தூங்கினார்கள்.

ஆனால்,

---

* கொஞ்சல்

"ஆனைவாரி ராமநாயருனு என்னை எவனாவது கூப்புட்டான்னா, அந்தத் தரகுப் பயலோட மூக்க, நான் வெட்டி உப்புப் போட்டுடுவேன்" என்று அவனுக்குப் பலரை எச்சரிக்க வேண்டிய தேவையும் ஏற்பட்டுவிட்டது. அப்படிக் கூப்பிடுவதற்கான தைரியம் எவனுக்கு இருக்கிறதென்று பார்த்துவிடுவோமே..? அவன் காதுகளைத் தீட்டியபடியே நடக்கத் தொடங்கினான். ஆகா..! பார்த்துவிட்டான். ஸைனபாவின் வாசல் பலகையில்...

ஆனைவாரி ராமானாயர்... 6 அ

ம்ஹூம்! என்ன செய்யமுடியும். சமுதாயச் சீர்குலைவு இந்த அளவிற்கு மோசமாகப் போய்விட்ட பிறகு? தற்போது ஆறணா கையிலுமில்லை. அதிகக் காலமொன்றும் ஆகிவிடவில்லை. அதற்குள், ஊர்க்காரர்கள் அனைவரும் அன்னிய அரசாங்கத்தின் இரண்டு உள்ளூர்ப் போலீஸ்தரகர்கள் உட்பட, எல்லோருமே ஆனைவாரி ராமன்நாயர் என்று சொல்லத் தொடங்கிவிட்டார்கள். என்ன செய்ய முடியும்? சீரழிந்துபோன இந்தச் சமூக அமைப்புக்கெதிராக – ம்ஹூம்! ஆனைவாரி ராமன்நாயர் இந்தப் பணிவான வரலாற்றாசிரியனிடம் சொல்கிறான்:

"ஆனைக் கள்ளன் ராமன்நாயர்னு கூப்பிடறதுதான் எனக்குப் பிடிக்கும்."

அதற்குச் சரியான காரணமுமிருந்தது. ஆனால் யாருமே அவனை அப்படிக் கூப்பிடுவதில்லை. அடிதாங்கி அரசுத் தரகர்களான போலீசாரின் குறிப்பேடுகளிலும், சிறைச்சாலைப் பதிவேடுகளிலும் பதிந்து போயிருப்பது ஆனைவாரி ராமன் நாயர் என்ற பெயர்தான். ஆனால், அவன் விரும்பும் அந்த மற்றொரு விருதுதான் சிறப்பானது. ஐம்பது ரூபாய் ஒப்பந்தக் கூலியில் ஒரு யானையைத் திருடுவதற்கான தொழில் வாய்ப்புத் தொடர்பான வீரம் செறிந்த அந்தச் சம்பவத்திற்கு முன்பே, தோமாவுக்குப் 'பொன்குருசு' என்ற பட்டம் கிடைத்திருந்தது. ஆகவே, இனி இந்தப் பணிவான வரலாற்றாசிரியன் பொன்குருசின் வரலாற்றைப் பதிவு செய்யவிருக்கிறேன்.

மூன்று

தோமா ஒருநாள் மிக இரகசியமாகச் சொன்னான்:

"டேய் ஆனெயை அள்ளி, ஒத்தை ஒத்தையா . . . பெரிய பள்ளி மைதானம் . . . என்ன?"

அப்படியாக, ஒருநாளிரவு எல்லாரும் தனித்தனி யாக இடம்பெயர்ந்தார்கள். பல பாதைகளிலிருந்ததால் இரண்டு மணி நேரத்திற்குப்பிறகு ஆனைவாரி ராமன் நாயர், தோமா, மடையன் முத்தபா, ஒத்தைக் கண்ணன் பாக்கர், எட்டுகாலி மம்மூஞ்ஞு போன்ற குடிமக்கள் சொந்த ஊரிலிருந்து பதினொரு மைல் தொலைவிலுள்ள புராதனமான கிறிஸ்தவ ஆலயத்தின் மைதானத்தில் கூடினார்கள். அன்று அங்கே பெருநாள். பெரும் ஆரவார மும் கூட்டமுமிருந்தன. பலவிதமான வியாபாரங்கள், இராட்டினம், கயிறுவித்தை, வாணவேடிக்கை, மதப் பிரசங்கம் போன்ற எல்லாமே நடந்தன. நல்ல வினோதக் காட்சிகள். மூணுசீட்டு விளையாட்டு, வழிப்பறி, திருட்டு, பாக்கெட்டடி போன்ற கலாபூர்வமான விஷயங்களுக்கும் நல்ல வாய்ப்புகளிருந்தன.

அன்று, அந்தத் தேவாலயத்தில் பிரசித்திவாய்ந்த தங்கச் சிலுவை எழுந்தருளும் நாள். சுத்தமான தங்கக் கட்டியினாலான சிலுவை. இதைப் போன்ற தங்கச் சிலுவைகள் உலகெங்கிலுள்ள முக்கியமான எல்லாத் தேவாலயங்களிலும் இருப்பதாகக் கேள்வி. பக்கத்திலிருக் கும் பெரிய தேவாலயத்தில் அந்தத் தங்கச் சிலுவையை மிகவும் பந்தோபஸ்தாகப் பெட்டிக்குள் பெட்டியெனப் பாதுகாத்து எல்லாவற்றையும் சேர்த்து ஓர் அறைக்குள் வைத்திருந்தார்கள். பக்கத்தில்தான் பாதிரியாரின் வீடுமிருந்தது.

தங்கச்சிலுவை அன்று எழுந்தருளியது. பக்தகோடிகள் கண்குளிர அதைத் தரிசித்தார்கள். பெருநாள் முடிந்தது. அனை வரும் திரும்பி அவரவர் ஊர்களுக்குப் போய்ச் சேர்ந் தார்கள். திரும்பவும் அதை ஞாபகப்படுத்திப் பார்த்த தோமா, பெட்டி, பூட்டு, அறை, பந்தோபஸ்து ஆகிய எல்லாவற்றையுமே மறந்துபோயிருந்தான். மிகப்பெரிய ஒரு பிரச்சினை மட்டுமே தோமாவை அலட்டத் தொடங்கியிருந்தது. தங்கச் சிலுவை – மரச்சிலுவை..! தோமாவுக்கு ஊணுமில்லை. உறக்கமுமில்லை. ஆகமொத்தம், தோமா பேஜாராகிப் போயிருந்தான்.

தோமாவுக்கு என்ன ஆனது?

ஆனைவாரி கேட்டான். ஒத்தைக் கண்ணன் கேட்டார். மடையன் முத்தபா கேட்டான். எட்டுகாலி கேட்டான். ஊர்க் காரர்கள் பலர் கேட்டார்கள். ஊரிலிருந்த இரண்டு போலீஸ் தரகர்களும்கூடக் கேட்டுவிட்டார்கள்.

தோமா, எல்லோரிடமும் சொன்னான்:

"சே... ஒண்ணுமில்லெ"

ஆனால், எதுவோ இருந்தது! உண்மையான கிறிஸ்தவர்கள் அனைவருமே கேட்கவேண்டிய மிகப் பிரதானமான கேள்வி: கர்த்தராகிய ஏசு கிறிஸ்து அறையப்பட்டது மரச்சிலுவையிலா? தங்கச் சிலுவையிலா?

கொஞ்சம் கவனமாக ஆய்வுசெய்யப்பட வேண்டிய ஒரு பெரிய பிரச்சினையல்லவா? நேரத்தை எதற்காகப் பாழாக்க வேண்டும்? உற்ற நண்பர்களுடன் கமா என்றொரு அட்சரம் கூட உச்சரிக்காமல் தோமா இருட்டு நேரத்தில் அவசர அவசரமாக இடம்பெயர்ந்தான்.

நாட்கள் நகர்ந்துகொண்டிருந்தன. ஒன்பது நாளைய ஆய்வுக்குப் பிறகு தோமா ஒரு முடிவுக்கு வந்துசேர்ந்தான். அன்று சரியாக இரண்டரை மணிக்குத் தோமாவை ஒரு போலீஸ் தரகன் கைது செய்து லாக்கப்பில் அடைத்தான். என்ன காரணம்? சந்தேகப்படும்படியான சூழ்நிலையில் ஊரின் எல்லைக்கு வெளியே உள்ள ஒரு கேடியைப் பார்க்கிறான் ஒரு போலீஸ்காரன். ஏற்கனவே நமக்குத் தெரியுமே? போலீஸ் தரகர்களுக்கு யாரைப் பார்த்தாலும் சந்தேகம்தான். பழைய காலத்திலுள்ள போலீஸ்காரர்கள் ரொம்ப நல்லவர்கள். அவர்களுக்குச் சட்ட திட்டங்களெல்லாம் நன்றாகத் தெரியும், தோமாவைக் கைது செய்தவன் ஒரு புதிய போலீஸ்காரன். பழைய ஆளாக இருந்திருந்தால் ஒன்றுமில்லாத இதற்குப்போய்த் தோமாவைக் கைது செய்வானா?

அதை விடுவோம், தோமா தரகு அரசாங்கத்தின் போலீஸ் லாக்கப்பில் அடைபட்டுப் பத்தொன்பது நாட்களாகிவிட்டன. இருபதாம் நாளிரவு. நல்ல காற்றும் மழையுமிருந்தன. போது மான குளிருமிருந்தது. நன்றாகச் சாப்பிட்டவர்களால் போர் வைக்குள் சுகமாகப் படுத்துத் தூங்க முடிந்தது. இலேசான இடி முழக்கமும் மின்னலும். மணி இரண்டைத்தாண்டியது. தோமா, தூங்கவில்லை. அன்றிரவு பாராவாக இருந்தவர் – 1627. பழைய ஆள். பளுங்கன் கொச்சு* குஞ்ஞு ஒரு பீடியைப் பற்ற வைத்துக் கம்பியினூடே தோமாவுக்குக் கொடுத்தார். பிறகு, வாழ்க்கையில் ஏற்பட்ட தோல்விகளைப் பற்றிக் கொச்சு குஞ்ஞு மன விரக்தியுடன் பேசத்தொடங்கினார்.

“எல்லாமே கர்த்தரோட விதிப்படிதான். இப்போ, பென்ச னும் வாங்கப் போறேன். இனி ஒண்ணு ரெண்டு மாசந்தான் இருக்கு. கட்டிக் குடுக்கவேண்டிய ஏழு பொம்புளெப் புள்ளைங்க வீடு நெறஞ்சு நிக்கிதுங்ன. மூத்தவளுக்கு இருபத்தேழு வயசாகுது.”

தோமா கேட்டான்:

“சம்பாத்தியம் – சொத்து ஏதாவதுண்டா?”

“சொத்து . . . இருக்குற வீட்டுக்கே அஞ்சரை ரூபா வாடகை கொடுக்கணும். பழைய வாடகை. பொண்டாட்டியா வந்த ஒருத்தி, பக்கவாதம் பிடிச்சிப் பாய்ல கெடக்குறா. சொன்னேன்லா, எல்லாமே கர்த்தரோட விதிப்படிதான் நடக்கும்.”

தோமா பதிலெதுவும் சொல்லவில்லை. கொஞ்ச நேரத்திற்குப்பிறகு தோமா அங்குமிங்கும் பார்த்துவிட்டு இரகசிய மாகச் சொன்னான்:

“கொஞ்சம் பக்கத்தில வா, பளுங்கா.”

பளுங்கன் கொச்சு குஞ்ஞு நெருங்கியமர்ந்தார்.

தோமா மெதுவாகச் சொன்னான்:

“ஒரு ரெண்டு மணி நேரம் என்னை வெளியே விட முடியுமா? எல்லாத்துக்குமே ஒரு வழி காட்டித்தர்றேன்.”

பளுங்கன் கொச்சுகுஞ்ஞு நடுங்கிப்போய்விட்டார். விஷயம் மிகச் சிக்கலானதல்லவா? இருந்தாலும், சொல்வது தோமா. பளுங்கன் கேட்டார்:

“தோமா, சும்மா இரு. நீ என்னைச் சதிச்சுடாதெ! எனக்குப் பென்சன் கிடைக்காமெ ஆயிடும். பொண்டாட்டியும்

* சின்ன

புள்ளைங்களும் இருக்காங்க ... நீ என்னை ஜெயிலுக்குப் போக வெச்சுடாதே தோமா"

"அப்பிடியெல்லாம் எதுவுமே நடந்துடாது பளுங்கா ... வேற ஏதாவது புதுப் போலீஸ் தரகனாயிருந்தா இவ்வளவு பயப்படுவானா?"

அப்படியெல்லாம் சொல்லிவிடமுடியாது. புதிய போலீஸ் காரர்களைவிடவும் பழைய ஆட்களுக்குத்தான் திறமையும் தைரியமும் அதிகம். பளுங்கன் கொச்சுகுஞ்ஞு மற்ற லாக்கப் அறைகளுக்குச் சென்று பார்த்தார். லாக்கப்வாசிகள் அனை வரும் நல்ல தூக்கம். வெளியிலும் போய்ப்பார்த்தார்.

அங்கே வராந்தாவில் இரண்டு புதிய போலீஸ் பிள்ளை யாண்டான்கள் குறட்டைவிட்டு உறங்கிக்கொண்டிருந்தார்கள். சர்வமான இடத்திலும் அமைதி! இருந்தபிறகும் பளுங்கனின் மனத்தில் உறுதி கூடிவரவில்லை.

"தோமா, கடுவா*மாத்தனாக்கும் இன்ஸ்."

இன்ஸ்பெக்டராக இருக்கும் கடுவாமாத்தன் பயங்கரமான கொஞ்சமும் தயவு தாட்சணியமில்லாத ஒரு ஆள். குற்றவாளி களாக இருந்தாலும் சரி, போலீஸ்காரர்களாக இருந்தாலும்சரி, கடுவாமாத்தனென்று சொன்னாலே நடுங்கிப்போய்விடுவார்கள்.

தோமா சொன்னான்:

"நீ சும்மா பயப்படாம இருடே!"

"கர்த்தரே – தோமாவுக்கு நல்ல புத்தியைக் குடும்." என்ற பிரார்த்தனையோடு பளுங்கன் கொச்சுகுஞ்ஞு சத்த மில்லாமல் லாக்கப்பின் பூட்டைத் திறந்தார். கதவையும் மெதுவாகத் திறந்தார். கண்ணிமைக்கும் நேரத்தில் தோமா வெளியே இறங்கி, கொட்டும் மழையில் இருட்டில் போய் மறைந்தான்.

கொஞ்ச நேரம் கழிந்ததும் பளுங்கன் கொச்சுகுஞ்ஞு வுக்குப் பதற்றமாகிவிட்டது. என்ன வேலை செய்துவிட்டோம்? எவ்வளவு வருடப் போலீஸ் சர்வீஸ்? அதற்காக அரசாங்கம் தரவிருக்கும் பென்சன் பணம் ... எல்லாவற்றையுமே தொலைத்து விட்டோமே! தோமா கண்டிப்பாக ஏமாற்றிவிடுவான். மனைவி யும் குழந்தைகளும் ... ஜெயில் வாசம் ... பளுங்கனுக்கு இருப்புக் கொள்ளாமலானது. அவர் எழுந்தார். இடிமுழக்கம்! மின்னல்! சோ ... வென்று கொட்டும் மழை! ஒன்றுமாகிவிடல்லை. பளுங்கன் அங்குமிங்குமாக நடந்தான். மயக்கம் வந்துவிடும் போல் தோன்றியது. அந்தப் புதிய போலீஸ் பிள்ளையாண்

---

* புலி

டான்கள் தூக்கத்தில் புலம்பிக்கொண்டிருந்தார்கள். அவர் அப்படியே அமர்ந்தார். உடுப்புகளைக் கழற்றி வைத்துவிட்டு இறங்கிப் போய்விட்டால் என்ன? எங்கே போவது? வயதாகி விட்டது. எதற்குமே ஏலாத காலமல்லவா?

"கர்த்தரே கைவிட்டு விடாதீரும்."

பிரார்த்தனை செய்வதைத் தவிர வேறு வழியொன்று மில்லை. நேரம் விடிந்துகொண்டிருப்பதுபோல் பளுங்கனுக்குத் தோன்றியது. எல்லாமே குழப்பத்திலாகிவிட்டன. ஆனால், அப்படி எதுவுமே ஆகிப்போய்விடவில்லை. ஒன்றரை மணி நேரத்திற்குப் பிறகு தொப்பலாக நனைந்தபடியே தோமா உள்ளே வந்தான். வந்த உடனேயே லாக்கப்பினுள் ஏறியும் விட்டான்.

"பளுங்கா, பூட்டிரு" என்று சொல்லிவிட்டுத் தோமா வேட்டியை அவிழ்த்துப் பிழிந்து தலை துவட்டத் தொடங் கினான்.

லாக்கப்பைப் பூட்டிய பளுங்கன் கொச்சுகுஞ்ஞு தலையில் கைவைத்தபடி அப்படியே கீழே அமர்ந்துவிட்டார்.

"கொண்டுபோயி வித்துப் புள்ளைங்களை எல்லாம் கட்டிக்குடு. பொண்டாட்டிக்கு மருந்து வாங்கிக்குடு."

தோமா இரும்புக் கம்பியினூடே அந்தப் பார்சலை நீட்டி னான். பளுங்கன் அதை வாங்கினார். நல்ல கனமாக இருந்தது. திறந்து பார்த்தார். ஆறு அங்குல நீளமும் முக்கால் அங்குலத் தடிமனும் ஒன்றரை அங்குல அகலமும் கொண்ட ஒரு தங்கக் கட்டி. எதிலிருந்தோ ஒடித்து எடுத்ததுபோலிருந்தது.

"நான் தூங்கட்டுமா?"

தோமா படுத்துக்கொண்டான்.

இரண்டு நாட்களில் ஊர் முழுவதும் பதற்றமான ஒரு செய்தி பரவியது. பெரிய சர்ச்சிலிருந்த தங்கச் சிலுவை திருட்டுப்போய்விட்டது.

பிஷப் வந்தார். பாதிரியார் வந்தார். கவ்யார் வந்தார். காரியக்காரர்கள் வந்தார்கள். ஊர்க்காரர்கள் வந்தார்கள். இன்ஸ்பெக்டர் கடுவாமாத்தனின் முன் அத்தனை பேரும் கூடினார்கள். மஞ்சள் நிறம்படிந்த கண்கள் பளபளக்கக் கடுவாமாத்தன் புலிபோல் உறுமினார்.

"உம் . . . துப்புக் கிடைச்சுடும்."

ஒரு காலத்தில் திருடியவர்களும் ஒரு காலமும் திருடாத வர்களும் திருடக் கூடுமென்று சந்தேகப்படுபவர்களும் – இப்படி

யாக அணியணியாகக் குற்றவாளிகள் ஸ்டேஷனில் நிறைந்தார்கள். அடி, குத்து, உள்ளங்காலில் சூடு வைத்தல், உதை, நகக்கண்களில் ஊசியேற்றுதல், ஆண்குறியில் பழந்துணியைச் சுற்றி எண்ணெய் நனைத்துத் தீ வைப்பது ... நல்ல பல வேடிக்கைகள் நடந்தன. தோமா எல்லாவற்றையுமே பார்த்துக் கொண்டிருந்தான். அழுகைச் சத்தம். யாராவது எதையாவது புலம்பிக்கொண்டே இருப்பது ... தோமா எல்லாவற்றையும் கேட்டுக்கொண்டுதானிருந்தான். யாருமே குற்றத்தை ஒப்புக்கொள்வதாக இல்லை. நாட்கள் மெதுவாக நகர்ந்துகொண்டிருந்தன. புதிய குற்றவாளிகள் கொண்டுவரப்பட்டார்கள். தண்டணை முறைகள் வழக்கம்போலவே நடந்துகொண்டிருந்தன. சாகப்போகும் நிலையிலும்கூட யாரும் குற்றத்தை ஒப்புக்கொள்ளவில்லை.

இப்படியிருக்கும்போது ஒரு புதிய அணிக் குற்றவாளிகள் ஸ்டேஷனுக்குக் கொண்டுவரப்பட்டார்கள். ஒத்தைக் கண்ணன் பாக்கர், மடையன் முத்தபா, ஆனைவாரி ராமன்நாயர், எட்டுகாலி மம்மூஞ்ஞு ஆகியோர் வந்திருந்தார்கள். தோமா அசைந்து கொடுக்கவில்லை. ஒரு பெஞ்சின் எதிரில் அவர்களை இருக்க வைத்தார்கள். எல்லாரிடமும் நாக்கை பெஞ்சின் மீது நீட்டி வைக்கும்படி சொல்லப்பட்டது. அவர்களும் அப்படியே செய்தார்கள். இன்ஸ்பெக்டர் கடுவாமாத்தன் ஒரு சுத்தியலையும் நான்கு பெரிய ஆணிகளையும் கையிலெடுத்துவிட்டுச் சொன்னார்:

“நான் உங்க நாலுபேருடைய நாக்கையும் இழுத்து வச்சு பெஞ்சோடு சேர்த்து ஆணி அறையப் போறேன். அதுக்கு முன்னாலெ சொல்லிடணும், தங்கச் சிலுவை எங்கேன்னு.”

அவர்கள் யாரும் எதுவும் பேசவில்லை. அவர்களுக்கு என்ன தெரியும்?

இன்ஸ்பெக்டர் கடுவாமாத்தன், ஆனைவாரி ராமன்நாயரின் நாக்கில் ஆணியை வைத்தார். சுத்தியலால் அறையவில்லை. அதற்குள் தோமா குதித்தெழுந்து லாக்கப் அறையின் கம்பிகளைப் பிடித்துப் பலமாகக் குலுக்கியபடி சொன்னான்:

“ஏமானே, பொன்குருசு எங்கேன்னு அவனுங்களுக்குத் தெரியாது.”

இன்ஸ்பெக்டர் கடுவாமாத்தன் சுத்தியலுடன் தோமாவின் பக்கத்தில் சென்று ஒரு புலிப்பார்வை பார்த்துவிட்டு உறுமினார்:

“உனக்குத் தெரியுமா?”

தோமா சொன்னான்:

"தெரியும். ஏமான்கிட்டெ எனக்கொரு ரகசியம் சொல்லணும்."

லாக்கப்பைத் திறந்து தோமாவை இன்ஸ்பெக்டரின் அறைக்குள் கொண்டு வந்தார்கள்.

"உம்?"

தோமா சொன்னான்:

"அந்தப் பொன்குருச நான்தான் திருடினேன்."

"நீயா, திருட்டு நடந்த அன்னைக்கு நீ இங்கெ லாக்கப்லே இல்லையா இருந்தே?"

தோமா சொன்னான்:

"ஏமானோட இஷ்டம்போலெ என்னை அடிக்கவோ கொல்லவோ செய்யலாம். ஆனா, அந்த மனுசனுக்கு வயசாச்சு! கருணை காட்டணும். பொண்டாட்டிக்குத் தளர்வாதம் வந்து பாய்லே கெடக்குது. ஏழு பெண்பிள்ளைங்க கட்டிக் குடுக்குற வயசுலெ."

"நீ சொல்றது எனக்கு விளங்கலே."

தோமா விளக்கிச் சொன்னான், புரியும்படியாக! போலீஸ் ஸ்டேஷனின் கிழக்குப் புறமிருக்கும் ஆலமரத்தின் கீழ் புதைக்கப் பட்டிருந்த தங்கச் சிலுவையின் மிச்சப் பகுதியை எடுத்துக் கொடுத்தான். மற்றொரு பகுதியைப் பளுங்கன் கொச்சுகுஞ்ஞு கொடுத்தார்.

தோமாவிடம் இன்ஸ்பெக்டர் கடுவாமாத்தன் கேட்டார்:

"தோமா, ஒரு உண்மையான கிறிஸ்தவனான நீ ஏன் இப்படியொரு கொடிய பாவம்செய்தே? அந்தத் தங்கச் சிலுவையை எதுக்காகத் திருடினே?"

தோமா சொன்னான்:

"ஏமான் வேணும்ணா என் நாக்குலெ ஆணி அறையலாம். கர்த்தராகிய ஏசு கிறிஸ்துவை மரக் குருசுலெதானே அறைஞ் சாங்க? அப்புறம், ஆலயத்துக்கு எதுக்குப் பொன்குருசு?"

தோமாவின் கேள்வியைக் கேட்டதும் போலீஸ் இன்ஸ் பெக்டர் கடுவாமாத்தன் அப்படியே ஸ்தம்பித்துப் போய் விட்டார். உலகிலுள்ள பலகோடி உண்மையான கிறிஸ்த வர்கள் ஒவ்வொருவரும் சிறு வயதுமுதலே கேட்டு மனத்தில் பதித்து வைத்திருக்கும் சத்தியப் பிரமாணமல்லவா இது? மற்ற இறை நம்பிக்கையாளர்களுக்கும்கூட இது தெரியுமே?

அனேகமாக எல்லாருமே அறிந்த விஷயம்தான் இது. இயேசு பிரான் அறையப்பட்டது மரச்சிலுவையில்தான். தோமா திருடனாக இருந்தாலும் அவனுக்கு இது நன்றாகவே தெரியும். அவன் செய்த காரியம், சரியோ, தவறோ, பென்ஷன் வாங்கும் வயதிலுள்ள ஏழைப் பெரியவர், போலீஸ்காரராக இருக்கும் பளுங்கன் கொச்சு குஞ்ஞு. சிரமங்களுடன் வாழ்பவர். திருமண வயதில் ஏழு பெண் மக்கள் வீடு நிறைந்து நிற்கிறார்கள். மனைவி தளர்வாதம் பிடித்துப் பாயில் கிடக்கிறாள். பாவப்பட்ட உண்மைக் கிறிஸ்தவர்கள். உதவிக்கு யாருமே இல்லை. தோமாவின் வார்த்தைகள் நினைவுக்கு வந்தன. ஆலயத்துக்கு எதுக்குப் பொன் குருசு?

எல்லாம் சரிதான்.

இன்ஸ்பெக்டர் கடுவாமாத்தன், பிஷப்பை வரவழைத்தார். பாதிரியாரையும் முக்கியஸ்தர்களையும் வரவழைத்தார். ஊரின் முதல்கூடிகளையும் வரவழைத்தார். தங்கச் சிலுவையைத் திருப்பிக் கொடுத்துவிட்டு விவரங்களைத் தெளிவாகச் சொன்னார். டிஸ்மிஸ் செய்யப்பட்டிருக்கும் பளுங்கன் கொச்சு குஞ்ஞுக்கு ஏதாவது பண உதவி செய்யவேண்டும். பெண் மக்களுக்குத் திருமணம் செய்து வைக்க வேண்டும். தங்கச் சிலுவையின் காரணமாகத் தண்டனை அனுபவித்தவர்களுக்கு ஐந்து ரூபாய் வீதம் கொடுத்து வேட்டியும் துண்டும் கொடுக்க வேண்டும்.

சொன்ன எல்லாவற்றையுமே அவர்கள் செய்தார்கள். பளுங்கனின் ஐந்து மகள்களுக்குத் திருமணம் செய்து வைத்தார்கள். பளுங்கனுக்கு, கவ்யார் வேலையும் போட்டுக்கொடுத்தார்கள். உடல் ரீதியான தண்டனை அனுபவித்தவர்களுக்கு ஐந்து ரூபாய் வீதம் கொடுத்து வேட்டியும் ஒவ்வொரு துண்டும் அன்பளிப்பாகக் கொடுத்தார்கள். அப்படி எல்லாமே மகிழ்ச்சியுடனும் மனநிறைவுடனும் நடந்து முடிந்தன. தோமாவுக்கு ஒன்றரை மாதம் சாதாரணச் சிறைத் தண்டனை கிடைத்தது.

விஷயங்களை எல்லாம் அறிந்துகொண்ட மக்கள் விடுதலையாகி ஊருக்கு வந்த தோமாவுக்கு, பெரிய அளவிலான வரவேற்பு அளித்தார்கள். மட்டுமல்ல, பணமுடிப்பும் கொடுத்து நோட்டு மாலையும் அணிவித்தார்கள். ஊரின் முக்கியப் பிரமுகர்களான சாந்தங்கேரிமனை கொச்சுநாராயணன் நம்பூதிரிபாடு, அவரது தம்பி, சங்கரன் நம்பூதிரிபாடு, சந்தனத்தரையில் வாசு கைமள், கரியில் பத்ரோஸ் மாப்பிள்ளை, முண்டக்கண்ணன் அந்துரு, குன்னேத்தாழத்துக் குட்டியாலி முதலாளி போன்றவர்களும் அன்பளிப்பு நல்கி ஆதரித்ததை இங்கே குறிப்பிடுவதில்

* ஒரு ராத்தல் = 455 கிராம்

இந்தப் பணிவான வரலாற்றாசிரியனுக்கு மிகவும் மகிழ்ச்சி! தோமா, அன்று ஒரு குலைவாழைப் பழமும் இரண்டு ராத்தல் வெல்லமும் வாங்கிப் பாருக்குட்டிக்கும் சின்ன நீலாண்டனுக்கும் கொடுத்தான். தோமா, அப்படியாகப் பிரமுகராக, வீரனாக வாழ்ந்துகொண்டிருக்கும்போது ஆனைவாரி ராமன் நாயர், தோமாவைப் பற்றிய ஒரு அபவாதச் செய்தியைக் கேள்விப்பட்டான். தோமாவை ஒரு பெண் காதலிக்கிறாள். கொச்சு திரேஸ்யா என்ற ஒரு பெண். பதினெட்டு வயது. அழகாக இருப்பாள். பளுங்கன் கொச்சுகுஞ்ஞுவின் கடைசி மகள்.

இந்த அதிர்ச்சிகரமான தகவலை ஆனைவாரி எப்படி அறிந்துகொண்டான் என்றா கேட்கிறீர்கள்? ஒருநாள் ஸைனபாவின் கதவுப் பலகையில்:

பொன்குருசு தோமா ... 3 ரூ. 6 அ. என்று எழுதியிருப்பதை ஆனைவாரி பார்த்தான். அதன் அர்த்தம் அவனுக்குப் புரிய வில்லை. தோமாவின் கையில் காசிருந்தது. பிறகேன் கடன் சொன்னான்? தோமாவைப் பார்த்துக் கேட்பதற்கு எந்த வழியுமில்லை. சரியாகப் பார்த்தே நாட்கள் பல ஆகிவிட்டன. ஆனைவாரி கேட்டான்:

"தோமா காசொண்ணும் தரவேண்டியதிருக்காதே?"

ஸைனபா சொன்னாள்:

"நாலஞ்சு நாளா, பொங்குருசைத்தேடி வந்த கொச்சு தெரஸ்யா ...!"

"கொச்சு தெரஸ்யா?"

ஒத்தைக் கண்ணன் பாக்கர் சொன்னார்:

"அது நம்ம பளுங்கனோட இளைய மவ, ரொம்ப தூரம் நடந்து களைச்சுப்போய் வருவா. அப்போ அவளுக்குப் பொன் குருசு கணக்குலெ புட்டும், பழமும், கருப்பட்டிக் காப்பியும் கொடுத்தது."

ம் ... அக்கிரமம்! இது அக்கிரமம்! ஆனைவாரி அதை நேரிலும் பார்த்து விட்டான். கொச்சு திரேஸ்யாவும் பொன் குருசுதோமாவும் ஆற்றங்கரையிலமர்ந்து கொஞ்சிக் கொஞ்சிப் பேசிக்கொண்டிருந்தார்கள். இந்த அநீதிக்கெதிராக என்ன செய்யலாம்.

ஆனைவாரி சென்று மிடுக்குடன் சாப்பிட்டான்:

"டேய் பொன்குருசு"

"ம்?"

"ஒரு ரெண்டு ரூபா எடு."

பொன்குருசுதோமா ஒரு வார்த்தைகூடப் பதில் பேசாமல் பணத்தைக் கொடுத்தான். ஆனைவாரி, கொச்சு திரேஸ்யாவை வெறுப்புடன் ஒரு தடவை பார்த்துவிட்டுப் போய்ப் பழமும் வெல்லமும் வாங்கினான். அதைக் கொண்டுபோய்ப் பாருக் குட்டியின் கண் முன்னால் வைத்துச் சின்ன நீலாண்டனுக்குக் கொடுத்தான். பெண் குலத்தின் பிரதிநிதியல்லவா பாருக் குட்டி? பாருக்குட்டி ஆசையாகத் தும்பிக்கையை நீட்டினாள்.

"போடீ களுதெ" என்று அவன் திட்டவும் மறக்கவில்லை. கிட்டத்தட்டப் பாருக்குட்டிக்குக் கிடைத்த ஒரு அதிர்ஷ்ட மாகத்தான் ஆனைவாரிக்கு யானையைத் திருடுவதற்கான ஒரு தொழில் வாய்ப்புக் கிடைத்தது. பாருக்குட்டிக்குச் செய்த எல்லாத் துரோகங்களுக்கும் பழிதீர்ப்பதைப்போல்!

ஊரின் பிரதான, ஒண்ணுமே சரியில்லாதவரல்லவா சாத்தங்கேரி மனை சங்கரன் நம்பூதிரிபாடு. அவருக்குச் சரியான தாகத் தெரியும் விஷயங்கள் உலகத்தில் மிக அபூர்வமாகத் தானிருந்தது. அவர் சொன்னார்:

"ஆனெவாரி, ஆனையைக் களவாண்டதா சொல்லுது சுத்தப்பொய்."

ஆனைவாரி சொன்னான்:

"திருமேனி* சொல்லித்தானே நான் ஆனையைத் திருடி னேன்? வேணும்னா பொன் குருசுகிட்டெ கேட்டுப்பாருங்க. அந்த வகையிலெ திருமேனி எங்களுக்கு நாப்பது ரூவா பாக்கி தரவேண்டியதுமுண்டு."

அந்தத் தகராறு இப்படியாகப் போய்க்கொண்டிருக்கிறது. பணிவான இந்த வரலாற்றாசிரியனுக்குக் கிடைத்த தகவல் இதுதான்: இதைச் சொல்வதற்கு முன் வேறொரு விஷயம்: போலீஸ்காரனாக இருந்த பளுங்கன் கொச்சுகுஞ்ஞு எனும் கவ்யாரின் மணியடிச் சத்தம் காதில் விழுந்த உடனே மக்களின் நினைவுக்கு வருவது: பொன்குருசு . . . பொன்குருசு தோமா . . . ஆலயத்துக்கு எதுக்குப் பொன்குருசு?

ஆனைவாரி ராமன்நாயருக்கும் பொன்குருசு தோமாவுக்கும் கிடைத்தது மிகவும் அபூர்வமான ஒரு தொழில் வாய்ப்பு.

யானையைத் திருடுவது!

அதை எப்படிச் செயலாற்றினார்கள்? அந்த வரலாற்றைத் தான் மெதுவாக இனிச் சொல்லப் போகிறேன். தயவுகூர்ந்து கவனிக்கவேண்டும்.

---

* நம்பூதிரி ஆண்களை மரியாதையுடன் குறிப்பிடும் சொல்

நான்கு

யானையைத் திருடுவதென்பது தலைசிறந்த ஒரு கலைப்பணியெனும் நம்பிக்கையைப் பேணிக் காப்பவர்கள், ஊரின் மகத்தான அறிவு ஜீவிகள்தான். யானையைத் திருடுவது எப்படி? ஆபரணங்கள், பணம், பெண் போன்ற உபகரணங்களைப்போல் இதை சுலபமாகச் செய்துவிட முடியாது. வரலாற்று மாணவர்களுக்காக யானைத் திருட்டு எனும் கலாபூர்வமான செய்முறையை இங்கே விவரிக்கப்போகிறேன்.

ஆனைவாரி ராமன் நாயர், பொன்குருசு தோமா போன்ற சித்தாந்திகள் சொல்லி வைத்திருப்பது – யானைத் திருட்டு என்பதில் பெரிய சிக்கலான கலையம்சம் எதுவும் இல்லவே இல்லை. மனத் திடம்! இது மட்டும் நிறைய வேண்டும். அப்புறம், வசனங்கள். குறைந்தபட்சம் மூன்று வசனங்களையாவது கைவசம் வைத்திருக்கவேண்டும். அதை மூக்கு வழியாக முழக்கமிட வேண்டும். நட யானெ . . .! ஸெற்றியானெ . . .! டத்தியானெ . . .!

இப்படி இரண்டு மூன்று நாட்கள் பயிற்சியெடுத்தாலே போதும். வரலாற்று மாணாக்கர்களால் சரியாக உச்சரித்துவிட முடியும்.

யானைத் திருட்டு எனும் கலை நிகழ்ச்சிக்குத் தோதான நேரம் இரவுதான் என்பதை முதலில் மறந்துவிடக் கூடாது. நடுச்சாமத்தின் சுபமுகூர்த்த அரை இருட்டு. நிலவு வெளிச்சமிருக்க வேண்டுமென்றெல்லாம் இல்லை. சுத்தமான ஊர் வெளிச்சமே போதுமானது. யானையின், ஒரு காலில் சங்கிலியைப் பிணைத்து மரத்தோடு சேர்த்துக் கட்டப்பட்டிருக்கும் அல்லவா? ஒரு சிறு கொக்கியும் அதிலிருக்கும். இதில்தான் இரத்தக் கண்களையுடையவனும், முரட்டுக் கறுப்பனும், ஊசித்

தந்தங்களையுடையவனுமான அவனைக் கட்டிப் போட்டிருப்பார்கள். கொக்கியை உருவி விட்டாலே போதும் சண்டாளன் விடுதலையாகிவிடுவான். அவ்வளவுதான். சுற்றியிருக்கும் சங்கிலியைச் சத்தம் கேட்காமல் அவிழ்த்துவிட்டால்போதும்.

“நடயானெ . . .! ஸெற்றியானெ . . .! டத்தியானெ . . .!”

ஆனால், கலைஞனின் மணம்? புது வாசம் வீசுபவனைக் கோபங்கொண்ட தோழர் யானை தும்பிக்கையால் சுற்றிப் பிடித்துத் தரையில் படுக்கப்போட்டு ஓங்கி மிதிப்பார். வயிற்றிலிருக்கும சா்ம பீக்ரெர' சுா்ற புளுக்கென்று வெளியில் வந்துவிடும். கலைஞன் வீரசுவர்க்கம் மேவுவான். அப்படியானால் வீரசுவர்க்க யாகத்தில் ஈடுபடுவதற்குக் கலைஞர்களின் ஒரு தற்கொலைப் படையே தேவைப்படும். அதையெல்லாம்விட உத்தமம், ஒரு வாழைக் குலைதான். நேத்திரம் பழக் குலையாக இருப்பது நல்லது. நன்றாகப் பழுத்த குலை. அப்புறம், நபரின் வாசம். அதைப் பழக்கியிருக்கவும் வேண்டும். இதையெல்லாம் வரலாற்று மாணாக்கர் நினைவிலிருத்திக் கொள்வது சிறப்பு. பழையவர்களை மறக்கவும் கூடாது. ஆனைவாரி ராமன் நாயரும் பொன்குருசு தோமாவும் யானைத் திருட்டு எனும் கலாசிருஷ்டியை ஒருங்கிணைத்து வெற்றியாளர்களாக மாறியது எப்படி?

சாத்தங்கேரி மனையிலுள்ள இரண்டு திருமேனியர்களுக்கு மிடையில் ஒண்ணுமே சரியில்லாமலிருந்த காலம் அது. பெரும் பாலான காலமும் இப்படியான காலம்தான். அண்ணன் திருமேனிக்கு, தம்பி திருமேனி நிறைய, தக்க பாடங்களைக் கற்பிப்பதற்காகப் பல்வேறு அடவு வித்தைகளைப் பிரயோகித்துக்கொண்டிருந்தார். அறுவடை செய்த நெல்லை விற்றுவிடுவது; மரத்தை வெட்டி விற்றுவிடுவது – இதோடு சேர்த்து ஒரு யானையையும் விற்றுவிடலாமென்று தம்பி திருமேனி முடிவு செய்தார். ஒரு யானையைத் திருடி, ஆற்றின் மறுகரையிலுள்ள காட்டில்கொண்டுபோய், கட்டிப்போட வேண்டும்.

ஆனைவாரி ராமன்நாயர் இந்தத் தொழில் வாய்ப்பை ஐம்பது ரூபாய் ஒப்பந்தக்கூலி அடிப்படையில் நிறைவேற்றித் தருவதாக ஏற்று, பத்துருபாய் முன்பணமாகவும் வாங்கிக்கொண்டான். அப்படியாக, அவன் நான்கைந்து நாட்கள் தினமும் இரவு நேரத்தில் பழமும் வெல்லமும் வாங்கிக்கொண்டு வந்து பாருக்குட்டிக்குக் கொடுத்தான். வாசனையையும் இசையையும் அதற்குப் பழக்கப்படுத்துவதற்காக! அவ்வப்போது சின்ன நீலாண்டனுக்கும் கொடுப்பான். அதை வேதனைப்பட

வைத்துவிடக் கூடாதல்லவா? அதனிடம் ஆதரவாகச் சொல்வான் ஆனைவாரி.

"சின்ன நீலாண்டா, அவ மேலே எனக்குப் பாசமெல்லாம் எதுவுங் கிடையாது! விஷயம் ஒனக்குத்தான் தெரியுமே? நான் அவளைத் திருடிட்டு வேற இடத்துக்குக் கொண்டுபோகப் போறேன்."

அப்படியே பாருக்குட்டியைத் தடவிவிடுவான்.

"டத்தியானெ... ஸெற்றியானெ..."

என்றெல்லாம் சொல்லவும் செய்வான். இப்படியாகப் பாருக் குட்டியுடனான எல்லா மனஸ்தாபங்களும் தீர்ந்துகொண் டிருந்தன. சம்பவம் நடப்பதற்கு முந்திய தினம் ஆனைவாரி கேட்டான்:

"டேய் பொன்குருசு, சின்ன நீலாண்டனைத் திருடுறதா நாம காண்ட்ராக்டு எடுத்திருந்தோம்னா"

பொன்குருசு கேட்டான்:

"ஆமா, நீ எடுப்பே! அப்படியான ஒரு தொழில் வாய்ப்பு நமக்குத் தேவையுமில்லே."

ஆனைவாரி கேட்டான்:

"சின்ன நீலாண்டனைத் திருடுற அளவுக்கு நாம பெரியாளா ஆயிட்டமா?"

பொன்குருசு சொன்னான்:

"அதை நினச்சிப் பாத்தா எனக்குக் குடலே ஆட்டம் கண்டுடும். வயிறு கலங்கிடும்."

"எனக்குந்தான்."

அப்படியாக அவர்கள் மன நிறைவுடன் பாருக்குட்டியைத் திருடத் தீர்மானித்தார்கள். நல்ல இருட்டும் லேசான மழையு மிருந்த இரவு. ஊர் வெளிச்சம் அறவே இல்லை. பழத்தாருடன் பொன்குருசு தோமா முன்னால் நின்றிருந்தான். ஆனைவாரி, யானையின் சங்கிலியிலிருந்த கொக்கியை விடுவித்தான். பொன் குருசு தோமா வேகமாக நடந்தான். ஆனைவாரி, மெதுவாக இணக்கமாகச் சொன்னான்:

"நடயானெ."

யானை கொஞ்சம் வேகமாகவே நடந்தது. கட்டுப்படுவது போன்ற நடையாகத் தோன்றவில்லை. யாருக்கும் பயப்படாத

ஒரு நடை. பொன்குருசு தோமா ஓடிப்போய் ஆற்றிலிறங்கினான். யானையும் பின்னால் இறங்கியது. ஆற்றுப் பகுதியில் இருட்டுக் குறைவாகத்தானிருந்தது. அப்போதுதான் ஆனைவாரிக்குச் சரியாகத் தெரிந்தது. அவன் பதறிவிட்டான். சின்ன நீலாண்டன்! ஊசிக் கொம்பன்! இரத்தக் கண்ணன்! கோபக்காரன்! பலரைக் கொன்று தீர்த்த அந்தப் பயங்கரமான இரண்டு தந்தங்களும் நல்ல வெள்ளை நிறத்தில் தெரிந்தன. ஆனைவாரியின் வாயில் உமிழ்நீர் வற்றிப் போனது. தொண்டையும் உதடுகளும் வறண்டன. ஆனைவாரி உயிர்ப் பீதியோடு மெல்லச் சொன்னான்;

"திரும்பியே பாத்துடாதெ பொன்குருசு. தைரியமா இருந்துக்க! ஆளு மாறிப் போச்சுது. இவன் மற்றவன்."

பொன்குருசு தோமாவுக்கு விஷயம் உடனே புரிந்துவிட்டது. மகா கஜேந்திரப் போக்கிரி! சின்ன நீலாண்டன்! ஒரு நிமிடம் மயக்கம் வரும் போலிருந்தது. இல்லை, பொன்குருசு நினைத்துக்கொண்டான். ஆனைவாரி சாகப்போகிறான் என்றால் நானும் சாகப்போகிறேன். இரத்தக் கண்களுள்ள கஜேந்திர துஷ்டன் கொன்றே விடுவான். பொன்குருசுதோமா உள் நடுக்கத்துடன் மெதுவாகக் கேட்டான்:

"என்ன செய்யலாம்?"

"பழக்குலையெ அவன்கிட்டெ குடுத்துட்டு ஒரே முங்கா முங்கி... வலது பக்கமாப் போயிடு. பின்னாலெ நானும் வந்துடறேன்."

அப்படியாக இரண்டு பேரும் மூச்சுவிட முடியாமல் செத்துவிடப் போவதுபோல் மூழ்கியும் நீந்தியும் தப்பித்து வந்து கரையை அடைந்து கட்டிப்பிடித்தபடியே நடுக்கத்துடன் திரும்பிப் பார்த்தார்கள். சின்ன நீலாண்டன் ஆற்றில் நின்று தண்ணீரை வீசியடித்து இரசித்துக் குளித்துக் கொண்டிருந்தான். பழத்தையெல்லாம் தின்று தீர்த்திருந்தான் அந்தக் கோபக்காரன்.

தோழர்கள் உயிரே இல்லாதவர்கள்போல் தங்கியிருந்த இடத்திற்கு வந்து படுத்துப் பயங்கரமான கனவுகளுடன் தூங்கினார்கள்.

சின்ன நீலாண்டன் மறுநாள் காலையில் சாத்தங்கேரி மனைக்குச் சென்றதாகவும் ஒண்ணுமே சரியில்லாத சங்கரன் நம்பூதிரிப்பாடைக் கொன்றுவிட விரட்டியதாகவும் சொல்லப்படுவதில் எந்த அளவுக்கு உண்மையிருக்கிறதென்பது பணிவான இந்த வரலாற்றாசிரியனுக்குத் தெரியவில்லை. எது எப்படி

யிருந்தாலும் சின்ன நீலாண்டன், மனைக்குச் சென்றது உண்மை தான். பாகன்கள் சிரமப்பட்டு அதைத் தளைக்கவும் செய் தார்கள். மகிழ்ச்சி!

ஆனைவாரிக்கும் பொன்குருசுவுக்கும் ஏழெட்டு நாட் களாகக் கடுமையான வயிற்றுப் போக்கிருந்தது. எல்லாமே குணமாகி அமைதியாகவும் மகிழ்ச்சியாகவும் அப்படி வாழ்ந்து கொண்டிக்கும்போது ஆனைவாரிக்கு ஒரு விஷயம் நினை வுக்கு வந்தது.

"டேய் பொன்குருசு."

"என்ன டேய் ஆனைவாரி?"

"நாம திருடியது அந்த அசிங்கம் பிடிச்செ பாருக்குட் டியா இருந்தா? யோசிச்சுப்பாரு... பிறவு, நாம வாழுறதுலெ என்ன அர்த்தமிருக்கு? ஆனையா இருந்தாலும் எதாகயிருந் தாலும் – பெண்ணு, பெண்ணுதானே? பெரிய அவமானமா ஆயிருக்குமில்லையா?"

மங்களம்

1953

செவிசாய்த்துக் கேளுங்கள்
அந்திமர் பேரோசை

செவிசாய்த்துக் கேளுங்கள் – அந்திமப் பேரோசை

வரவேற்புரை

பெரியோர்களே,

வணக்கம். உங்கள் அனைவருக்கும் உடல் ஆரோக்கியமும் நல்வாழ்வும் அமைவதாக! எனக்கு மனமுவந்து அளித்த இந்த நல்ல வாய்ப்புக்கு நன்றி.

இன்று எனது வாழ்க்கையில் ஒரு சுப தினம். நாட்களெல்லாமே சுபமானவைதாம். ஜனனமும் மரணமும் – யோசித்துப்பார்த்தால் எல்லாமே சுப நாட்கள்தானே? நிச்சயிக்கப்பட்ட ஒரு விஷயம், மரணம். இருந்தாலும் அதையே எண்ணி நாம் அழுதுகொண் டிருப்பதில்லை. எப்போதும் போல் தான் வாழ்ந்து கொண்டிருக்கிறோம். ஆனால், இப்போது ஒரு பேரா பத்தின் விளிம்பில் நின்றுகொண்டிருக்கிறோம். நாம் என்று சொன்னால், அழகான இந்தப் பூமியில் வாழும் மனித குலம் முழுவதும். மனித குலம் மட்டுமல்ல, அசைவதும் அசையாதவையும், சர்வமான ஜீவராசிகளும்!

செவிசாய்த்துக் கேளுங்கள், அந்திமப் பேரோசை! உலக அழிவின் ஊழிப்பேரோசை. இறைவா, பேரழிவின் – இறுதி முழக்கம்! வான்வெளி யுத்தம்!

இந்தப் பேராபத்து, இறைவா எந்த நிமிடமும் ஏற்படலாம். இதை நினைவில்கொண்டே நாம் இயங்க வேண்டியதிருக்கிறது – இறை அனுக்கிரகத்துடன் நம்மால் புன்னகை புரியவும் சிரிக்கவும் முடிகிறது. சிரிக்க முடிந்த, சிரிக்கத் தெரிந்த ஒரே உயிர், ஆண்களும் பெண்களும்

தானே? நம்மையெல்லாம் மனிதப் பிறவிகளாக சிருஷ்டித்ததற் காக இறைவனுக்கு முதலில் நன்றி தெரிவித்து விட்டு மெதுவாகத் தொடங்குவோம். அனைத்தும் மங்களகரமாகவே முடியட்டும். என் வாழ்க்கையில் மிகவும் ஆசீர்வதிக்கப்பட்ட நிமிடம், நான் இந்த அழகிய உலகில் பிறந்து விழுந்த அந்த நிமிட மாகவே இருக்கும். எப்படி இருந்தாலும் இது ஆசீர்வதிக்கப் பட்ட சுபவேளைதான். நான் இப்போது என் தாய்தந்தையரை நினைவுகூர்கிறேன். அவர்களது தாய் தந்தையர்களையும் எனது எல்லாக் குருபிரஜைகளையும் நினைவுகூருகிறேன். இந்த மிகப் பெரிய கோழிக்கோடு பல்கலைக் கழகத்தை ஸ்தாபித்தவர் களில் முக்கியமானவரும் எனது சினேகிதருமான சி.எச். முகம்மது கோயாவையும் நினைவுகூர்கிறேன்.

இவர்கள் அனைவருமே தங்களுக்கென்று விதிக்கப்பட்ட கடமைகளை நிறைவேற்றியபிறகு காலதேவனிடம் தங்களை ஒப்படைத்தவர்கள். இறந்த காலங்களின், பல கோடி யுகங்களின் நிரந்தர மயக்கங்களில் ஆழ்ந்து போனவர்கள்.

அவர்கள் அனைவரது ஆன்மாக்களுக்கும் கருணையே வடிவான இறைவன் நித்ய சாந்தியளித்து ஆசீர்வதிக்கட்டும்.

இங்கே கூடியுள்ள நண்பர்களுக்கும் முகமறியாத நண்பர் களுக்கும் எல்லா சௌபாக்கியங்களும் அமைய நான் மீண்டு மொரு முறை பிரார்த்திக்கிறேன். உங்களையெல்லாம் மறுபடி யும் ஒருமுறை காண்பதற்கோ இரண்டு வார்த்தை நீங்கள் பேசுவதைக் கேட்பதற்கோ என்னால் இயலாமல் போகலாம். அழகிய இந்த உலகில் எனக்கு அனுமதிக்கப்பட்ட நேரம் அனேகமாக, முழுவதும் தீர்ந்துபோனதாகவே எனக்குத் தோன்றுகிறது. நேரமெதுவும் மிச்சமில்லை. அல்லாஹுவின் கஜானாவில் மட்டும்தான் நேரமிருக்கிறது. ஒருபோதும் தீராத காலம்... முடிவுகளேயில்லாத காலம்.

காலங்களைக் கடந்த ஒரு கேள்வி மனதில் எழுகிறது. மனதின் சமநிலையில் மாற்றமேற்பட்ட ஒரு மனிதன் நான். யதார்த்தங்கள், பொய்ம்மைகள், கனவுகள் – எல்லாமே கூடிக் கலந்த அற்புதப் பெருவழியினூடே என் மனம் சஞ்சாரம் செய்துகொண்டிருந்ததை நினைவுகூர்ந்தாலே போதும். ஆகவே, அனைத்தும் – கலங்கிப்போன ஒரு மனதின் கனவு மாயைகள்... கேள்விகள் இவைதான்: ஆயிரம் அல்லது ஆயிரங்கோடி ஆண்டுகளுக்கு முன் நீங்களும் நானும் எங்கிருந்தோம்? சிந்தித்துப்பார்க்கவோ கற்பனை செய்யவோ கனவு காணவோ முடியும் அளவிலான அறிவின் சிறு ஊற்றுக்கண்ணாவது

இறைவனின் அருளால் நமக்கு வாய்த்திருக்கிறதல்லவா? சிந்தனைகள் அனைத்தும் தாமே உருவாகின்றன. கேள்விகள் அனேகம்! பதில்தான் கிடைப்பதில்லை. திருப்தியான பதிலைச் சொல்ல யாரிருக்கிறார்கள்? முதலில் அதைச் சொல்!

தினமும் காலையில் உறக்கப் பாயிலிருந்து எழும்போது – காலையில்தான் என்று சொல்ல முடியாது – விழிக்கும்போது நான் சொல்லிக்கொள்வேன். சலாம்! கால நேரங்களின் முடிவின்மைகளிலிருந்து மேலும் ஒரு நாளைய அனுமதி எனக்குக் கிடைத்திருக்கிறதல்லவா, அதற்கு நன்றி!

நான் நன்றி சொல்வது இறைவனுக்குத்தான். மற்ற யாருககு மல்ல! நான் குறிப்பிடும் இறைவனாகப்பட்டவனை இந்நிமிடம் வரை அனைத்துப் பிரபஞ்சங்களிலுமுள்ள யாருமே பார்த்த தில்லை. எந்த ஒரு உயிர் சிருஷ்யுமே பார்த்ததில்லை. அவன் உருவமற்றவன். கற்பனைகளுக்கெல்லாம் அப்பாற்பட்டவன்.

நிரந்தரமானவன்.

சும்மா, வேலையைப் பார்! அப்படியெல்லாம் எதுவுமே கிடையாது. தெய்வமும் இல்லை. ஆன்மாவும் இல்லை. எல்லாமே கற்பனை. அனைத்தும் தாமாகவே உருவானவை . . . சுயம்பு . . .! புரிகிறதல்லவா? எல்லாமே சுயம்பு . . .! இதுதான் நிஜம்! நீங்களும் மற்றெல்லா மனிதர்களும் எப்பேர்ப்பட்டதாக இருந்தாலும், அனைத்து உயிர் ஜீவிகளும் இப்பிரபஞ்சங்களும் சுயம்புதான் எனும் பேருண்மையை ஏற்றுக்கொள்ளலாமா?

எனக்குத் தோன்றுகிற சிறு உண்மையைச் சொல்கிறேனே, வைக்கம் முகம்மது பஷீர் எனப்படும் இந்த நான் சுத்தமாக, சுயம்புவே அல்ல. என்னை ஒரு மானுடப் பெண், அவள் நினைத்திருக்காத ஒரு நேரத்தில் பெரும் வேதனையைச் சகித்துப் பெற்றுப் போட்டாள். என் வாழ்க்கையில் நான் நிறைய விஷயங்களை மறந்துபோய்விட்டேன். மனநிலை சரியில்லாமல் நான் சிகிச்சையிலிருந்தேன். காரணம், ஆல்கஹாலிக் பாய்ஸனிங். பைத்தியக்கார ஆஸ்பத்திரியிலும் மென்டல் சானிட்டோரியத்திலும் நான் தங்கியிருந்திருக் கிறேன். ஆயுர்வேதம், அலோபதி, ஹோமியோபதி, யூனானி, மந்திரவாதம் இப்படியாகப் பல சிகிச்சைகள் . . . இந்தக் காலக்கட்டத்தைப் பற்றி ‘பாத்துமாவின் ஆடு’ எனும் சிறு புத்தகத்தின் முன்னுரையில் குறிப்பிட்டுமிருக்கிறேன். இந்தப் புத்தகம் மனநிலை சரியில்லாத காலத்தில் எழுதப்பட்டது தான். என் உணர்வு மண்டலத்தில் எந்தக் கோளாறும்

ஏற்பட்டிருக்கவில்லை. உணர்வு மண்டலம் பிரகாசித்துக் கொண்டிருக்கும் சிறு சூரியன் என்று வைத்துக்கொள்ளுங்கள். பயமுறுத்தும் கருமேகங்கள் கூடி வந்து அதில் கவிந்து நகர்ந்து கொண்டிருக்கும். அவை மீண்டும் வந்து கவியும். பயங்கரமும் குழப்பமும் நிறைந்த காலம் அது. கரிய நிற மேகங்கள் கலைந்துபோய் உணர்வு மண்டலம் சுத்தமானபோது கடந்த கால வாழ்க்கை முழுவதுமே மறதிக்குள்ளாகிவிட்டது. இருந் தாலும் மின்னல் கீற்றுகள்போல் சில நேரங்களில் சில விஷயங்கள் நினைவுப் பரப்பிற்கு வரும். வாசனைகள், சப்தங்கள், காட்சிகள் போன்ற பின்புலங்களில் சில விஷயங்கள் நினை வுக்கு வரும். துறவி ஒருவர் அவ்வப்போது என் வீட்டுக்கு வருவார். 'மந்திரப் பூனை' எனும் சிறு புத்தகத்தில் இவரைப் பற்றிக் குறிப்பிட்டிருக்கிறேன். ஹிந்துத் துறவி. இவரை முதன் முதலாகப் பார்க்கும்போது 'அட, இது நானல்லவா' என்று எனக்குத் தோன்றியது. நான், ஹிந்துத் துறவிகளுடனும் முஸ்லிம் துறவிகளான சூஃபிகளுடனும் வாழ்ந்த காலங்கள் நினைவுக்கு வந்தன. தேடல்கள்தான். இறை நாமங்களை உச்சரித்துக் கொண்டிருப்பேன். சதாகாலமும் தியானம். தாடியும் முடியும் நீளமாக வளர்த்து, கிட்டத்தட்ட முழு நிர்வாண நிலை – பத்மாசனம், யோகதண்டம். இறைவா, நினைத்துப்பார்க்கிறேன். பிரபஞ்சங்கள் அனைத்தையும் உணர்வு மண்டலத்தில் மையப் படுத்தி, தியானத்திலிருந்து விடுபட்டு, பூமியும் சூரியசந்திராதி களும் விண்மீன்களும் பால்வீதிகளும் கோளங்களும் அண்ட சராசரங்களும் அனைத்துப் பிரபஞ்சங்களும் கேட்கும்படியாக மனம் மிக மெதுவாக மந்திரித்தது: அஹம் பிரம்மாஸ்மி. இதையேதான் தியானத்திலிருந்து விடுபட்ட சூஃபிகளும் உச்சரித்திருக்கிறார்கள். அனல்ஹக்!

'அனர்க நிமிஷம்' எனும் எனது சிறு புத்தகத்தில் 'அனல்ஹக்' இடம்பெற்றிருக்கிறது. அரைநூற்றாண்டிற்கு முன்பாக இருக்குமோ? ஆண்டவனுக்குத்தான் வெளிச்சம்! அப்போது நான் எழுதியதுதான் 'அனல்ஹக்'. அன்றொரு நாள், இறந்துவிடப் போவதுபோல் எனக்குத் தோன்றியது. நான் மரணித்துவிடப் போகிறேன். நானும் நீயும் என்ற யதார்த்தத்திலிருந்து நீ மட்டும் மிச்சமாகப்போகிறாய்.

அதுதான் 'அனர்க நிமிஷம்*.'

நான் ஒன்பது பத்து வருடக் காலமாக இந்தியா முழுவதும் அலைந்து திரிந்தேன். நமது தேசம் அன்று அகண்ட பாரதமாக இருந்தது.

---

* விலைமதிக்க முடியாத தருணம்

அகண்ட பாரதம்.

பாரதத்திற்கு வெளியேயும் அலைந்தேன். கடல் பயணம் எஸ்.எஸ். ரிஸ்வான் எனும் கப்பல். அரேபியக் கடலோரப் பகுதிகள். ஆப்பிரிக்காவின் கடலோரப்பகுதிகள். பாரதம் முழுமையும் வலைவீசி அலைந்தேன். கிராமங்கள், நகரங்கள், மாநகரங்கள், தேவாலயங்கள், மலைகள், குகைகள், கோட்டைகள், கடலோரங்கள், பாலைவனங்கள் – எங்கெங் கெல்லாமோ! முஸ்லிம்கள், ஹிந்துக்கள், கிறிஸ்தவர்கள், சீக்கியர்கள், ஃபார்சிகள், பௌத்தர்கள், ஜைனர்கள், கடவு ளையும் மதத்தையும் நம்பாதவர்கள் – இப்படியான எல்லா மனிதர்களுமே எனக்கு உதவி செய்திருக்கிறார்கள். சாப்பிடா மலும் நீர் அருந்தாமலும் அலைந்திருக்கிறேன். படுக்க இட மில்லை. ஒரு நாள், ஒரு பொழுது நான் யாசகனாகவும் இருந்ததுண்டு. இதை ஒரு புத்தகத்தில் எழுதியதாகவும் நினைக்கிறேன் – ஓர்மையுடெ* அறைகள். பண்டொரு காலத்தில் எழுதியது. அதன் கடைசி அத்தியாயம் : நம்முடைய இந்தப் பூமி அழிந்துகொண்டிருக்கிறது.

நானும் நீங்களும் எல்லோரும் அழிந்துகொண்டிருக் கிறோம். எப்போது கீழே விழுவோம் என்று தெரியவில்லை. மரணம் என்னைப் பயமுறுத்தவுமில்லை. பயமுறுத்தாமலு மில்லை மரணம் தவிர்க்க முடியாத விஷயமல்லவா? அது வரும்போது வரட்டும். பிறந்தது முதல், பல தடவைகள் நான் மரணத்தைத் தொட்டுணர்ந்ததுண்டு. ஒருநாள் என் இடது காலில் கொடிய விஷப்பாம்பொன்று சுற்றியது. ரொம்பக் காலத்துக்கு முன்பு. வலது பாதத்தினூடே ஒரு பெரிய ராஜநாகம் மெல்ல மெல்ல ஊர்ந்து போனது. என் வீட்டில் மூன்று நான்கு தடவைகள் இரவுநேரத்தில் ராஜ நாகம் புகுந்திருக்கிறது. கடைசித் தடவை, மரணம் நான்கு விரல் இடைவெளியில் வந்து நின்றது. அதை நான் மிதித் திருக்கவேண்டியது. எங்களுடைய தோட்டத்திலும் சுற்றுப்புறத் தோட்டங்களிலும் நிறைய பாம்புகள் இருந்தன. எலிகளும் தாராளமாகவே இருந்தன. நிறைய நரிகளுமுண்டு. மழை பெய்யாத நேரங்களில் வழக்கமாக நான் தோட்டத்தில்தான் அமர்ந்திருப்பேன். ஒரு மர நிழலில், சாய்வு நாற்காலியில். பெரிய தோட்டம் அது. நிறைய மரங்கள், பலவிதமான பறவைகளும் நிறையவே இருந்தன. அணில்களும் நிறைய. பாம்புகளைத் தினந்தோறும் பார்க்க முடியாது. நரிகளைப் பெரும்பாலும் தினமும் பார்க்கலாம். இருட்டுவதற்கு முன்பே

* நினைவின் அறைகள்

கூட்டம் சேர்ந்து அவை ஊளையிடத் தொடங்கிவிடும். பறவைகள் சேர்ந்து, கத்திக்கூச்சலிடும்போது பாம்போ எதுவோ தோட்டத்திலிருப்பதாக யூகித்துக்கொள்ளலாம். பாம்புகள் இசைக்கு மயங்குமா என்பது தெரியவில்லை. என் அருகில் எப்போதுமே இசை கேட்டுக்கொண்டிருக்கும். ஸ்டீரியோ ரிக்கார்ட் பிளேயர். பாட்டுக் கேட்பதற்கு அரூப உயிர்கள் வந்து நிற்குமோ? வந்து நிற்கும் என்றுதான் பழையவர்கள் சொல்கிறார்கள். தேவதைகள், அமானுஷ்யர்கள், ஜின்னுகள், பொதுவான பேய்கள் எல்லாமே எங்கள் தோட்டத்தில் இருப்பதாகச் சொல்கிறார்கள். பாலைமரம் பூத்துப் பரிமளவாசம் பரவும்போது, நிலா வெளிச்சமுள்ள இரவுகளில் பெரிய பிச்சுவாக்கத்தியும் டார்ச்சுமாக நான் தனியே பாலை மரத்தின் கீழ் நிற்பேன். பகல் முழுவதும் சங்கீதத்தில் மூழ்கி, மர நிழலில் அமர்ந்திருப்பேன். தனியாக இருக்கும் போது எதிர்ப்புறமிருக்கும் காலியான நாற்காலிகளைக் கவனித்துப் பார்ப்பேன். எனக்குப் பாட்டுகளென்றால் மிகவும் பிடிக்கும். மனதின் சமநிலை தவறியிருந்ததால் கோபம் வருவதற்குப் பெரிய காரணங்களெதுவும் தேவையில்லை. கூட்டு வாழ்க்கையில் கோபம் வருவதற்கான காரணங்களும் நிறையவே இருக்குமல்லவா? எழுதுபவன் என்ற நிலையிலும் மனதிற்கு அமைதி தேவைப்பட்டது. என் மனதைச் சாந்தப் படுத்துவதற்கு எப்போதுமே இசை உதவியாக இருக்கும். சிறு வயது முதலே எனக்குச் சங்கீதமென்றால் மிகவும் பிடிக்கும். சங்கீதத்தின் அறிவியல் தன்மைகள் பற்றியெல்லாம் எனக்கு எதுவுமே தெரியாது. சங்கீதம் பிடிக்கும் அவ்வளவு தான். பத்து அறுபது வருடங்களுக்குட்பட்ட பாடல்கள், ரிக்கார்டுகளாக என்னிடம் நிறைய இருக்கின்றன. பல்வேறு மொழிகளில், ஆண்களும் பெண்களும் பாடியவை. தொடர்ந்து ஒன்றிரண்டு வாரங்கள் பரவலான சங்கீத யாகம் நடத்த முடிகிற அளவிற்கு. மண் மறைந்து பத்து அறுபது வருடங் களைக் கடந்துவிட்டவர்களுடைய பாடல்களுமிருக்கின்றன. அவர்களது எலும்புகள் கரைந்து மண்ணோடு மண்ணாகக் கலந்து போயிருக்கும். அவர்களை நினைவு கூருபவர்களும் அதிகம்பேர் இருக்கமாட்டார்கள். அவர்களது ஆன்மாக்கள் இப்போது எங்கே? அவர்களது இசை, சப்தம் எல்லாமே என் அருகில் இருக்கின்றன. மனதை மயக்கும் விதமாகப் பாடிக்கொண்டிருக்கிறார்கள், எல்லைகளுக்கப்பாலிருப்ப வர்கள். இறைவா, எவ்வளவு பெரிய அதிசயம்! மானுட அறிவல்லவா இதையெல்லாம், இங்கே நிலைநிறுத்தி வைத் திருக்கிறது. அறிவின் எல்லையற்ற சாத்தியங்கள். எல்லாமே ஆச்சரியங்கள்தான். என்னென்ன அதிசயமான இயந்திரங்கள்.

விஞ்ஞான யுகத்தின் மனிதர்கள் இன்னும் என்னென்ன வெல்லாம் செய்யவிருக்கிறார்கள். ஆயிரம் வருடங்களுக்குப் பிறகு, இறைவா, அன்று மனித குலம் இருக்குமா? அறுபது வருடங்களுக்கு முன் இறந்துபோன ஒரு பெண்மணியின் இனிமையான பாடலை இப்போது நான் கேட்கிறேன். இசைத்தட்டிலிருந்த பெயர் அழிந்துபோய்விட்டது. அந்தப் பெண்மணி பாடுகிறாள். தங்கமே நீ இப்போது எங்கிருக் கிறாய்? முடிவுகளற்ற சூனிய வெளியிலா? எனக்கு லேசான அழுகை வரும்போலிருந்தது.

மாயப் பிரபஞ்சம்!

இந்தப் பெண்மணிபோல் மறைந்துபோனவர்கள் அனேகமனேகம்பேர். நான் சொல்வது இசைக் கலைஞர் களைப் பற்றி! அவர்கள் மண் மறைந்து போனபிறகும் அவர்களது இனிமையான குரல்கள் உயிர்த் துடிப்புடன் இங்கே வாழ்கின்றன. மனிதா, நீ திறன்மிக்கவன்தான். மோச மான மிருகம்போல் வாழ்ந்தாலும் மனிதா, நீ திறமை யானவன்தான். நான் இறந்துபோன பிறகு? என்னை யாருமே நினைவு கூரத் தேவையில்லை என்றுதான் எனக்குத் தோன்று கிறது. எதற்கு நினைவுகூரவேண்டும்? கோடானுகோடி, மானுடப் பதர்கள் இறந்து போயிருக்கிறார்களல்லவா? யாராவது அவர்களை நினைவில் வைத்திருக்கிறோமா? எனது புத்தகங்கள்? இதெல்லாம் எவ்வளவு காலம் நிலை நிற்கும்? புது உலகம் வருமல்லவா? பழைமைகள் அனைத் துமே புதுமையில் மறைந்துவிடுபவையல்லவா? என்னுடைய தாகச் சொல்லிக்கொள்வதற்கு என்ன இருக்கிறது? பரவசங் கள், கருத்துநிலைகள், அறிவு. பிரபஞ்சங்களின் சிருஷ்டிக்குப் பிறகு, உயிர் ஜீவன்களது சிருஷ்டிக்குப் பிறகு – பலகோடி யுகங்களாகக் கிடைத்து வந்திருப்பதாகச் சொல்லப்படும் அறிவின் வெளிச்சத்தில் நான் வாழ்கிறேனா? தெரியாது. என்னுடையதென்று அறிவின் ஏதாவது சிறு அம்சத்தையாவது நான் அளித்திருக்கிறேனா? எழுத்துக்கள், வார்த்தைகள், உணர்வுகள் – எல்லாமே பல கோடி மக்கள் உபயோகித்தவை யல்லவா? அதை நானும் உபயோகித்தேன். அவ்வளவுதான். மொழியிலிருக்கும் ஏராளமான வார்த்தைகளில் சில இப்போதும் எனக்குத் தெரியாது. இலக்கணமும் வசப்பட வில்லை. அப்புறம், ஏதோ மூச்சடக்கி இப்படியெல்லாம் வாழ்ந்துகொண்டிருக்கிறேன். அவ்வளவுதான்! வாசிப்பு ஒரு ஆடம்பரம் புத்தகங்கள் இறந்துகொண்டிருக்கின்றன. சங்கீத மும் போய்ச் சேர்ந்துவிடும். ஆனால், இனிமையான குரல்கள், நாதம், நாதப் பிரம்மத்தின் சவுந்தர்ய லகரி. இது எல்லையற்றது.

பிரபஞ்ச முழுமை பெற்றது. இது காதில் விழுவதன்று, அனுபவ உணர்வு. ஏகாந்தமான பாலைவெளியில் தனித்திருக்கும்போது இது அனுபவமாகும். முழு நிலவும் அனேகக் கோடி நட்சத் திரங்களும் படர்ந்த பெரும் ஏகாந்தம் நிலவும் அற்புதமான அழகான இரவில், அடிவானத்தின்கீழ் நான் இரண்டு மூன்று தடவை நின்றிருக்கிறேன். எதையுமே உள்வாங்கிக்கொள்ள இயலாமல் பயந்து அலறியபடியே ஓடியிருக்கிறேன். பாலை வனத்துடனான முதல் சந்திப்பிலேயே நான் செத்துப்போக வேண்டியது. இது அஜ்மீருக்குப் பக்கத்தில் வைத்து நடந்த சம்பவம். அஜ்மீர் ஒரு புண்ணிய ஸ்தலம். ஒரு மாபெரும் சூஃபி அறிஞர் அங்கே அடக்கம் செய்யப்பட்டிருக்கிறார். காஜாகரீம் பேநவாஸ். புராதனமான கபருஸ்தானும் பள்ளி வாசலும். எப்போதும் அங்கே ஜனத்திரளாகவே இருக்கும். ஏராளமானவர்கள் அந்தக் கபருஸ்தானை வைத்து வாழ்க்கை யைக் கழித்துக் கொண்டிருக்கிறார்கள். வழிபாடுகள், மலர் களால் அர்ச்சனை செய்வது, சந்தனமும் சாம்பிராணியும் வழிபாட்டுப் பொருட்கள். நான் அங்கே போனதும் ஆட்கள் வந்து என்னைச் சூழ்ந்து கொண்டார்கள். அப்போது என் கையில் முக்கால் ரூபாய் இருந்தது. பன்னிரண்டணா. நான் அதைக்கொடுத்துவிட்டுத் தப்பித்துக் கொண்டேன். அங்கே எப்போதுமே பருப்புக் கலந்த சோறு கிடைக்கும். ஆவி பறக்கும் சோறு. ஆட்கள் வந்து மொய்த்துக்கொள்வார்கள். எனக்கு நல்ல பசியிருந்தது. ஆனால் சோறு கிடைக்கவில்லை. பசித்துத் தளர்ந்து நான் நடந்தேன். ஹிந்துக்கள் வகை தர்மச் சத்திரம் ஒன்றிருந்தது. அங்குச் சப்பாத்தியும் பருப்புக்கறியும் கிடைக்கும். நான் அந்தச் சத்திரத்தில் தங்கிக்கொண்டேன். என் பெயர்: ஸ்ரீராமச்சந்திரன். கையில் சிறு பகவத்கீதையு மிருந்தது. ஆங்கிலம். அப்போது ஒரு தகவல் வந்தது. எட்டு மைல் தூரத்தில் ஒரு புண்ணிய ஸ்தலமிருக்கிறது – புஷ்கர் சாகர். புனிதமான மீன்களைக் கொண்ட பெரிய பெரிய குளங்கள். ஒரு மதிய நேரம். நான் புறப்பட்டேன். அங்கே போவதற்குப் பாலைவனத்தின் ஒரு ஓரமாக வழியிருந்தது. பழைய காலத்தில், வழி தவறி விடாமலிருக்க வெட்டாங் கற்கள் போன்ற அடையாளங்கள் இருந்திருக்கின்றன. காலப்போக்கில் பெரும்பாலான கற்களும் காற்றில் மண்ணுக் குள் புதைந்து போயிருந்தன. எனக்குப் பாதை தவறிப்போய் விட்டது. பயங்கரமான வெப்பம். நல்ல தாகமுமிருந்தது. வலது புறமாகப் போயிருக்கவேண்டிய நான், இடது புறமாகப் போய்விட்டேன். எல்லையில்லாமல் பரந்து விரிந்து கிடக்கும் பாலைவனம். அனல் தகித்துக்கொண்டிருந்தது. மேலே, கொதிக்கும் சூரியன் தலைக்குப் பக்கத்திலிருப்பதுபோல். சுயஉணர்வின்றி நடந்துகொண்டிருக்கிறேன். கால்கள்

மண்ணில் புதைந்துகொண்டிருந்தன. உள்ளுக்குள் குளிரடிப்பது போல் தோன்றுகிறது. ஆனால், அனலில் வெந்துகொண் டிருந்தேன். பெரும் தாகம். தளர்ந்து விழுந்துவிட்டேன். நீளமான ஒரு கருங்கல் பாளம் போல் நான் கிடந்தேன். பாலைவனத்தின் நடுவில். உள்ளுக்குள் ஒரு சிறு சிவப்பு ஒளி. அல்லாஹு, அது என்ன? உடனே அது மறைந்தும் விட்டது. சுய நினைவு கொஞ்சமுமில்லை. அப்படியே அனல் வெளியில் படுத்து எவ்வளவு நேரமாகக் கிடந்தேன்? நாட்களா, மணிக்கூறுகளா? தெரியவில்லை. பிறகு, குளிர்ந்த மழைத்துளிகள். குளிர்ந்த காற்றும் வீசுகிறதா? ஒரு கம்பீரமான குரல். 'பீயோ, குடி' உதட்டில் பாத்திரம். 'பீயோ . . .' நான் குடித்தேன். 'மாயுல் ஹயாத்து'. உயிர் நீரை நான் அருந்திக்கொண்டிருந்தேன். பிறகும் அந்தக் கம்பீரமான குரல். ஆணையிடுகிறது. 'கண்ணைத் திற.'

நான் கண்களைத் திறந்தேன்.

பரிபூரணமான திகம்பரர்கள் என்று சொல்லிவிட முடியாது. நாபிப் பகுதியில் சிறு மறைப்பிருந்தது. மீதியெல் லாம் நிர்வாணம். தாடியும் முடியும் வளர்த்த நான்கு துறவிகள். குருவும் மூன்று சீடர்களும். குருவின் இடது கட்கத்தில் யோக தண்டம். மற்ற மூன்று பேர்களது கைகளிலும் மிக நீளமான சூலாயுதங்கள், யோக தண்டங்கள், தண்ணீர்ப் பாத்திரங்கள். இரண்டு பேர்களது தோள்களிலும் பொட்டலங்கள். குருவின் கையில் பாத்திரத்திலிருந்த தண்ணீரைத்தான் நான் குடித்தேன். ஒரு ஆலமரத்தினடியில் நான் சாய்ந்தமர்ந்திருந்தேன்.

குழந்தை, நீ எங்கே போகிறாய்?

தெரியவில்லை.

அங்கேயே கிடந்து இறந்துபோயிருந்தால்?

நீயும் நானுமென்ற யதார்த்தத்திலிருந்து நீ மட்டும் மிச்ச மிருக்கப்போகிறாய். இறைவனிடம்தான்.

நடக்க முடியுமா?

பார்க்கிறேன்.

பிறகு, அவர்களுடன் மூன்று வருடம். அவர்கள் கோயி லுக்குச் செல்வதில்லை. சென்றாலும் வழிபடுவதில்லை. கோயில்கள், வழிபாட்டில்லங்கள் – இதெல்லாமே குழந்தை களுக்கானவை.' இப்படித்தான் குரு சொல்லியிருக்கிறார்.

இடி முழக்கமும் கொடுங்காற்றும் மின்னல் கீற்றுகளுமுள்ள இரவு நினைவுக்கு வந்தது. ஐந்து திகம்பரர்கள். இவர்களைப் போல்தான் சூஃபிகளும். சூஃபிகளுடனும் மூன்று மூன்றரை வருடங்கள். பிரார்த்தனை, இறைநாமம், தியானம் . . .

அறுதியற்ற பிரார்த்தனைதான் வாழ்க்கை.

நான் இதை என் புத்தகத்தில் எழுதியிருக்கிறேன். அனுக்கிரகங்களை அருளியதற்காக இறைவனுக்கு நன்றி சொல்ல வேண்டும். பிரார்த்தனையென்பது இது மட்டுமல்ல. நன்மை செய்தல். நன்மை செய்வதற்கு அறிந்திருக்கும் ஒரே உயிர் மனிதன் மட்டும்தான். மனிதர்களும் மனுஷிகளும்.

இறைவனின் பிரதிநிதிகளாகவே இந்தப் பூவுலகில் மனித குலம் சிருஷ்டிக்கப்பட்டிருக்கிறது. சிருஷ்டியில் எதுவுமே சமத்துவமானவையல்ல. சமத்துவமடைய முயற்சி செய்ய வேண்டும். அதற்காகத்தானே அறிவைத் தந்திருக்கிறான். கையும் காலும் கண்ணும் மூக்கும் காதும் தலையுமெல்லாம் இருக்கின்றனவல்லவா. இதயமுமிருக்கிறது. அன்பு, பரிவு, கருணை, அனுதாபம் அப்புறம் காமம், குரோதம், ஆசை, மோகம், மதம், மாச்சரியம் எல்லாமுமிருக்கின்றன. அமைதியாகவும் சாந்தமாகவும் நல்லவர்களாகவும் நன்மைகள் செய்து நம்மைச் சுற்றிலும் ஆரோக்கியமும் நிம்மதியும் நிலவச் செய்ய வேண்டும். முடிவற்ற பிரார்த்தனைதான் வாழ்க்கை. நான் இதை எனது இரண்டு புத்தகங்களில் குறிப்பிட்டிருக்கிறேன்.

வாழ்க்கை இப்படித்தான் அமைகிறதா என்றால், மனிதர்கள்தானே? இரத்தமும் நீருமிருக்கின்றன. கூடவே, காம, குரோத, லோபாதிகளுமிருக்கின்றன. இருந்தாலும், நான் யாருக்கும் எந்தத் தீங்கும் செய்வதில்லை. முடிந்தவரை உதவி செய்கிறேன். எனக்குப் பெரிய ஆசைகளொன்றும் கிடையாது. ஆசைகள் எதுவுமே இல்லை. சரி, அப்படியென்றால் இதெல்லாம் – இறைவனின் நாட்டம். அவ்வளவு தான்! நாங்கள் எங்கள் தோட்டத்திலுள்ள எந்த உயிர்களையுமே கொல்வதில்லை. சமீபத்தில் ஒரு பெரிய நல்லபாம்பு. என் சாய்வு நாற்காலியின் அடியில் வந்து சுருண்டு கிடந்தது. மெஹதி ஹஸனோ, பங்கஜ் உதாசோ, அனூப் ஜலாட்டோயோ யாரோ பாடிக்கொண்டிருந்தார்கள். என் எதிரிலிருந்த நாற்காலிகள் ஒன்றிலிருந்த சினேகிதர், சிறுநீர் கழிப்பதற்காக எழுந்தவர் கேட்டார்: “சிறுநீர் கழிக்குமிடம் எங்கே?”

நான் சொன்னேன்: "அதை எங்கே வேண்டுமானாலும் செய்து கொள்ளுங்கள். இரண்டு ஏக்கர் இடமிருக்கிறதே? ஏதாவது மரத்தின் கீழ் வைத்துச் செய்து கொள்வதாக இருந்தால் நான் பத்துப் பைசா தருகிறேன். யூரியா."

அவர் சிரித்தபடியே காலை எடுத்து வைத்தவர் "அய்யோ" என்றார். படம் விரித்து நிற்கும் ஒரு ராஜநாகம் என் பக்கத்தில். ஸ்டீரியோ ரிக்கார்டு பிளேயரின் அருகில் என்னால் தொட்டு விட முடிந்த தூரத்தில் விரும்பினால் முத்தம் கூடக் கொடுக்கலாம்... ஒரு பத்து நிமிடம் கழிந்தபிறகு படம் தாழ்த்தி அமர்ந்து, மெதுவாக நகர்ந்துகொண்டிருக்கும் ரயில் வண்டியைப்போல் மெல்ல ஊர்ந்து வேலியினூடே நுழைந்து கீழ்ப்புறமிருந்த இடைவழிக்குப்போனது. ஒருவேளை, தனது வேதனையைச் சொல்ல வந்திருக்குமோ என்று எனக்குத் தோன்றியது. இணையை நீண்ட தொலைவுக்கனுப்பியதால் விரகதாபமேற்பட்டிருக்குமோ?

கொஞ்ச நாட்களுக்கு முன் எங்களுடைய, அதாவது என் மனைவியுடைய கோழிக்கூண்டில் ஒரு பெரிய ராஜநாகம் நுழைந்து நான்கு வெள்ளை லக்கான் கோழிகளைக் கொன்றுவிட்டது. அப்போது இரவு இரண்டு மணி. கோழிகளின் கூச்சல்கேட்டு வீடே விழித்துக்கொண்டது. நான் போய்ப் பார்க்கும்போது விளக்குகளையெல்லாம் போட்டுக்கொண்டு மாதர்குல மாணிக்கங்கள் ராஜநாகக் கொலை முயற்சியில் ஈடுபட்டிருந்தார்கள். கம்புகளுடன் வேலியைப் பொத்துக் கொண்டு அக்கம் பக்கத்தினரும் வந்திருந்தார்கள். கல்யாணியின் மேற்பார்வையில் ஐந்தாறு பெண்கள். நான் உட்பட இரண்டு ஆண்கள். ஆட்சிப் பொறுப்பை அழகிகள் ஏற்றெடுத்திருக்கிறார்கள். மண்ணெண்ணெயை டப்பாவிலிருந்து உறிந்தெடுக்கும் சிரிஞ்சுபோன்ற ஒரு கருவியால் தட்சகனின் முகத்திலடித்தார்கள். ரொட்டி சுடுவதுபோல், சுற்றி மூன்று புறமும் கல். வெளியே பலகை அடுக்கி ஒருபுறம் கம்பி வலை. முன்புறம் வாசல். கம்பி வலையினூடேதான் தட்சக வதம் நடந்தது. அழகிகள் அரசு செய்வதை நான் ஒரு பதினைந்து நிமிடம் கவனித்தேன். பாம்புக்குப் பரமசுகம். அது மண்ணெண்ணெயில் குளித்துக்கொண்டிருந்தது. அழகாகச் சீறிக்கொண்டுமிருந்தது. நான் சொன்னேன்: "சேகரா, சைக்கிளில் போய்த் திருவாளர் குட்டி ராமனைக் கூட்டி வா. அவர் இதைக் குடத்தில் பிடித்துக்கொண்டு போய்விடட்டும்."

"குட்டி ராமன் செத்துப் போய்விட்டார். அவரின் மகனிருக்கிறான். வியாபாரம் செய்கிற முதலாளி."

“போய்க் கூப்பிடு. நான் சொன்னதாகச் சொல்.”

கல்யாணியின் கணவனாகிய சேகரன் சென்றான். அரை மணி நேரத்திற்குள் குட்டி ராமனின் மகனான முதலாளியுடன் சைக்கிளில் வந்தான். ஆறடி உயரமான ஓர் ஆள், அந்த முதலாளி. அவனது உயரத்திற்கு ஒரு டார்ச்சும் வைத்திருந்தான். அவன் ஓலை மடல் கீற்றால் ஒரு சுருக்குப் போட்டு வாசலைத் திறந்து தட்சகனை இழுத்து வெளியே போட்டுக் குடத்திலேற்றினான். குடத்தின் வாய்ப்பகுதியைச் சிரட்டையால் மூடிக் கட்டிக் கொண்டுபோனான். கோயிலின் சுற்றுப்பகுதியில் விடுவதற்காக. நான் இருபத்தைந்து ரூபாய் கொடுத்தேன். அந்தக் கோழிக் கொலைகார நல்ல பாம்பின் பிரச்சினை அப்படி நல்லபடியாக முடிந்ததென்று நினைத்துக் கொண்டேன். ஐந்தாறு அழகான பெண்கள் தலையிட்ட ஏதாவதொரு விஷயம் நல்லபடியாக முடியுமோ? தேநீரெல்லாம் குடித்து முடித்தபிறகு அந்த அழகிகள் எனது தலையைப் புகைக்கத் தொடங்கினார்கள். சந்தை நிலவரம் அனுசரித்துக் கோழிகளுக்கான விலையை நான் செலுத்த வேண்டுமாம். மனைவி அழகிக்குத்தான் செலுத்தவேண்டும். நியாயம் சொல்வதற்கு ஹிந்து, முஸ்லிம், கிறிஸ்தவ அழகிகள். டவுண் கேடிகள் போல்தான் இந்த முச்சந்திச் சண்டிகைகள் நடந்துகொண்டார்கள். நியாயம், மாதர்குலம் பக்கம் சாய்ந்தது. கண்ணில் கண்ட உடனேயே அதையெல்லாம் கொன்றிருக்க வேண்டும். நரிகளை எறிந்துகொன்றிருக்க வேண்டும். இதையெல்லாம் நான் அவ்வப்போது செய்திருந்தால் இப்போது அது கோழிகளைக் கொன்றிருக்குமோ? ரூபாயை எடு! மார்க்கெட் ரேட் படி. சச்சரவுகள் . . . பேசிப் பேசி என் தலை நீரை வற்ற வைத்து விட்டாள். ஆணல்லவா? தோற்றுப் போய்விட்டேன். முச்சந்திச் சண்டிகைகள் வெற்றி பெற்றார்கள். முசுடு சுபாவியும் காட்டாளனுமான ஆணை நல்வழிப்படுத்துவதற்காகச் கடவுள் ஆசீர்வாதங்களுடன் சிருஷ்டித்த மென்மையும் அழகே வடிவானதும், வசீகரம் நிரம்பியதுமான உலகம் தழுவிய மோகன ரூபம்தான் பெண். தாயின் பாதங்களின் கீழ்தான் சுவர்க்கமிருக்கிறது. தீர்க்கதரிசி சொல்லியிருக்கிறார். பெண்கள் அனைவருமே தாயாக வேண்டியவர்களல்லவா? குசும்பு, பொறாமை, அசூயை – எல்லாமே இருந்தாலும் அன்பு மயமானவர்களல்லவா மாதர் குலத்தார்? இவர்களின் வசமல்லவா உயிரின் லாகிரி வஸ்து இருக்கிறது? நான் சொல்ல வருவது, தாய்ப்பால்தான். நான் முதன் முதலாகத் தாய்ப்பால் அருந்தும்போது முன் கூட்டியே திட்டம்போட்டுத் தாயின் மார்பைக் கடித்துவிட்டதாகச் சொல்லப்பட்டது.

அதற்கு நியாயமான காரணமுமிருந்தது. அக்கினிக்குண்டத்தில் நான் அவதரித்த கதையைத்தான் சொல்லப்போகிறேன். எனது பிறப்புச் சார்ந்த விஷயங்கள்கூட எனக்கு மறந்து போயிருந்தன. அப்படியாக இருக்கும்போது – சமீபத்தில் என் அம்மாவின் அக்காவின் உறவினர் ஒருவர் எங்கள் வீட்டுக்கு வந்தார். எனது சம வயதிலுள்ளவர். நாங்கள் சேர்ந்து விளையாடி வளர்ந்தவர்கள். கடந்த முப்பது வருடங்களாக நாங்கள் சரியாகச் சந்தித்ததில்லை. ஒரு தடவை பஸ்சில் போகும்போது அவரது ஊர் பஸ் ஸ்டாப்பில் வைத்து அவருடன் ஐந்து நிமிடம் பேசினேன். பிறகு, சந்தித்தது சமீபத்தில்தான் அவர் ஆயுர்வேத வைத்தியராக இருப்பவர். மகளையும் ஆயுர்வேதம் படிக்க வைத்து டாக்டராக்கி இருந்தார். இங்கே எங்கேயோ பக்கத்தில்தான் உத்தியோகம் பார்க்கிறார். மனைவியும் மகளும் மகளின் குழந்தையுமாக வீட்டுக்கு வந்தார்கள். நாங்கள் பற்பல விஷயங்களைப் பேசியபடியே மரநிழலில் அமர்ந்திருந்தோம். பழைய விஷயங்களைப் பேசிக்கொண்டிருந்ததனிடையே அவர் கேட்டார்:

"அக்கினிக் குண்டம் நினைவிருக்கிறதா?"

திடீரென்று நினைவுக்கு வந்தது. கைபோட்டு வாரி, கொதியன் கொச்சாமு. சிறுவயதிலுள்ள எனது பரிகாசப் பெயர்கள் இவை. அக்கினியில் உதித்த எனது அவதார இரகசியத்தையும் சிலரிடம் சொல்லியிருக்கிறேன். எழுதவில்லை. எழுதவில்லை என்று சொல்ல முடியாது. எழுதி வைத்திருக்கிறேன். பூர்த்தியாக்கவில்லை. சுயசரிதைபோல். சுயசரிதை, சிறுகதை, நாவலென்றெல்லாம் நான் குறிப்பிடுவதில்லை. தரம் பிரிப்பதெல்லாம் வெளியீட்டாளர்கள்தான். என்னிடம் கேட்கமாட்டார்கள். அவர்களே பிரித்துக்கொள்வார்கள், அவ்வளவுதான். நான் எழுதி வைத்திருப்பதை ஒருவேளை, பூர்த்தியாக்குவேன். ஒருவேளைதான்! மனித காரியமல்லவா? எப்படி அறுதியிட்டுச் சொல்ல முடியும்? எந்த நிமிடத்திலும் மரணம் சம்பவிக்கக் கூடுமல்லவா? ஏற்கனவே சொன்னது போல் முடிவுகளற்ற காலத்தில் என் கையிருப்பென்று எதுவுமில்லை. நினைத்துப் பார்த்தால் எல்லாமே விளையாட்டுப் போல்தான் தோன்றுகிறது. உலக வாழ்க்கையே ஒரு பெருந் தமாஷ்தான். பகவானின் லீலா விநோதம்.

உண்மையென்று ஒன்றிருக்கிறது. சிந்தித்துப் பார்க்கும் போது சிருஷ்டியொன்றும் தமாஷான காரியமல்ல. எல்லாமே விளையாட்டாக... வேடிக்கையாக... ஆனால், மிகப்பெரிய உண்மையாக... அப்படியே!

தீப்பாத்தி நினைவுக்கு வந்தது. தீயில் பிறந்த எனது அவதார இரகசியம். என் தாயான குஞ்ஞாச்சும்மாவும் என்னிடம் சொன்னதுண்டு. என் தந்தையான காயி அப்துர் ரகுமானும் சொன்னதுண்டு. நான் வளர்ந்து பெரியவனான பிறகும் என் தாய் என்னைப் பற்றிய பல கிஸ்ஸா* க்களைச் சொல்வாள். நான் பல பெண்களிடமிருந்தும் தாய்ப்பால் குடித்திருக்கிறேனாம். என் உம்மாவிடமிருந்தும் அப்புறம் நங்ஙேலி, மாதவி, மோர்க்காரி சரசுவதியம்மை, ஏலிக்குட்டி – இப்படிப் பலரிடமிருந்தும். நங்ஙேலி எங்கள் வீட்டில் சமையல் செய்பவள். உம்மாவின் தனிக் காரியதரிசியும் இவள்தான். நங்ஙேலியின் மகன் கிருஷ்ணன்குட்டி. கிருஷ்ணன்குட்டியின் மனைவிதான் மாதவி. மாதவியின் மகன் நத்து தாமு எனது வகுப்புத் தோழன். 'ஆனைமுடி' எனும் எனது சிறு புத்தகத்தில் இவனைப் பற்றிக் குறிப்பிட்டிருக்கிறேன். நத்துதாமுவின் அப்பா கிருஷ்ணன்குட்டி எனது வாப்பாவுடன் ஹை ரேஞ்சிலும் குடயத்தூர் மலையிலும் மரம் வெட்டப் போவார். மரங்களை வெட்டி யானைகளை வைத்து ஆற்றுக்குக் கொண்டுவருவார். இங்கிருந்து தடிகளைச் சேர்த்துக்கட்டி மூவாற்றுப்புழை ஆறு வழியாகப் பாலாங்கடவுக்குக்கொண்டுவருவார். இதில் படகுகள் செய்வதற்கான மாந்தடிகளுமிருக்கும். அதையெல்லாம் யானைகள் இழுத்துக்கொண்டு வந்து தோட்டத்தில் சேர்க்கும். உள்ளாடன்கள்* தான் படகுகளைக் கட்டுவார்கள். வாப்பா, தடிகளையும் படகுகளையும் மூவாற்றுப்புழை ஆறு வழியாகக் கொச்சியில் கொண்டுபோய் விற்பனை செய்வார். ஒரு தடவை விற்பனை செய்த பணமாக அவர் கொண்டு வந்தது, பளபளக்கும் குதிரைத் தங்கம். ஒரு குவியலாக! அதைச் சர ராந்தலின் வெளிச்சத்தில் அள்ளி மஜீது விளையாடியதாகப் 'பால்யகால சகி' எனும் புத்தகத்தில் எழுதியிருக்கிறேன். அந்த மஜீது நான்தான். அந்தக் காலத்தில் நான் காலையில் எழுந்ததும் முதலில் காண்பது யானைகளைத்தான். நான் கொஞ்சம் வளர்ந்து இந்தியச் சுதந்திரப் போராட்டத்தில் பங்குகொண்டு அடியும் உதையும் வாங்கி ஜெயிலில் கிடந்து கடுந்தண்டனை அனுபவித்தேன். பிறகு ஒன்பது பத்து வருடக் காலத் தேசா டனத்திற்குப் பிறகு எழுத்துக்காரன் ஆனேன். தலையோலப் பரம்பிலுள்ள வீட்டுக்கு அவ்வப்போது போகும்போதெல்லாம் தாய்ப்பால் குடித்த விஷயத்தைச் சொல்லிக்கொண்டு வயதான மாதவியும் கதீஜாவும் ஏலிக்குட்டியும் வருவார்கள். நான் எவ்வளவு பால் கொடுத்தேன். என் பிள்ளை தளர்ந்துபோய்

---

* கிஸ்ஸா – கதை
* உள்ளாடன்கள் – மலைவாழ் மக்கள்

விட்டான். அப்போது நான் ஐந்து ரூபாய் வீதம் கொடுப்பேன். அப்போது ஐந்து ரூபாய் என்பது பெரிய தொகை. தாய்ப்பால் குடித்த விஷயத்தைச் சொல்லிக்கொண்டு அவர்கள் வருவதை வழக்கமாக்கிய பிறகு நான் சொன்னேன்: "நான் யாரிடமிருந்தும் தாய்ப்பால் குடித்தது கிடையாது."

அப்போது உம்மா கேட்டாள்:

"நீ என்னிடமிருந்துகூடப் பால் குடித்ததில்லையா?"

நான் சொன்னேன்: "கிடையவே கிடையாது."

"நீ என் வயிற்றில் கிடந்தவன்தானே? நான் தானே உன்னைப் பெற்றேன்."

"என்னை யாருமே பெற்றது கிடையாது."

"அப்புறம், நீ எப்படிப் பிறந்தாய்?"

"தானாக உருவானவன்." நான் சொன்னேன்:

"சுயம்பு."

அப்போது அவள் வெங்கலச் சுண்ணாம்புக் கிண்ணத்திலிருந்து சுண்ணாம்பை எடுத்து வெற்றிலையில் தேய்க்கத் தொடங்கினாள். பிறகு அந்தச் சுண்ணாம்புக் கிண்ணத்தை எடுத்து என்மீது எறிந்தாள். அது எனது வலது கால் மூட்டில் பட்டு ரொம்ப வலித்தது. நான் குதித்தெழுந்து ஓடி, தூர விலகி முற்றத்தில் போய் நின்றேன்.

"நன்றிகெட்டவனே, உன்னை அந்தத் தீயிலேயே போட்டிருந்திருக்கவேண்டும்."

தீப்பாத்தி.

தவமிருந்து பெற்ற வாரிசு. நிறைய நேர்ச்சைகளும் பிரார்த்தனைகளும் செய்ததன் பலனாகப் பிறந்தவன் நான். முதன் முதலில் உருவான கர்ப்பம்.

தெள்ளிய நீர்பாயும் மூவாற்றுப்புழை ஆறு. அது இரண்டாகப் பிரியுமிடத்தின் கரையோரம் வைத்துத்தான் அந்தச் சம்பவம் நிகழ்ந்தது. ஆற்றின் கரை. மரங்களடர்ந்த எட்டு ஒன்பது ஏக்கர் நிலம். அதன் கிழக்குப் பகுதி ஆற்றோடு சேர்ந்துகிடந்தது. புராதனமான, கண்ணீத்தரை எனும் வைப்பேல் வீடு. அதில் நிறைய ஆட்களுமிருந்தார்கள். காயி அப்துல்காதர் ஷேக்தான் குடும்பத் தலைவர். அப்புறம் மனைவியும் மக்களும் மக்களின் மனைவிமார்களும். காயி அப்துல் காதர்ஷேக் பெரிய அரபிப் பண்டிதர். குர்ஆன் முழுவதும்

மனப்பாடம். ஆறடி உயரம். வெளுத்த, சிவப்பாக்கப்பட்ட தாடி. கோபம் வந்துவிட்டால் பிறகு அரபி மொழியில்தான் பேசுவார். அவரது தகப்பனார் ஹஜ் செய்ய மக்காவுக்குப் போனவர்தான் திரும்பி வரவில்லை. முகம்மது நபியைக் கபரடக்கம் செய்திருக்கும் மதீனாவில்தான் அவரும் அடக்கம் செய்யப்பட்டிருக்கிறார். அதை எப்படி அறிந்து கொண்டார்கள் என்று எனக்குத் தெரியாது. ஹஜ்ஜுக்குப் போய்விட்டு வந்த யாராவது வந்து சொல்லியிருக்கலாம். பால்யகாலச் சினேகிதன் கேட்டதும் நினைவுகள் உயிர்ப்பெற்றன. மயக்கத்தி லாழ்ந்துபோன காலப்பகுதி . . . ஒரு . . . மனதில் ஆழ்ந்து கிடந்த ஒரு பகுதி நினைவில் தெளிந்தது . . .

என் தகப்பனார் நிலத்தில் மேற்கோரமாக, முடைந்த தென்னங் கீற்றுகளால் சின்னதாக ஒரு குடிசை கட்டினார். குடிசை கட்டுவதற்குக் காலியான இடம் அங்கேதானிருந்தது. அந்தச் சிறு குடிசையின் வடக்குப் புறம் சுத்தமாகத் தண்ணீ ருள்ள ஒரு பெரிய குளமிருந்தது. குளக்கரையில் ஒரு பெரிய மாமரம். அந்த மரம் நிறைய ஓரளவு சிவப்பு நிறத்திலான மாங்காய்கள். அந்த எட்டு ஒன்பது ஏக்கர் நிலத்தில் ஏராளம் மரங்களிருந்தன. தென்னை, மா, பலா, அயினி, பாக்குமரங் கள். அப்புறம், வாழை, முருங்கை, பப்பாளி எனப் பலவகை மரங்கள். ஆற்றோடு சேர்ந்து நெடு நீளத்தில், நூறு நூற்றைம்பது அடி அகலத்தில், தோட்டத்திலிருந்து நான்கைந்தடியில் பள்ள மான ஒரு பகுதி. நாயிங்கண்ணம் எனப்படும் பாய் முடைவதற் கான கோரை – ஆற்றைத் தொட்டு நீளமாக வேலிபோல், நாயிங்கண்ணத்தில் பூத்த வெள்ளை மலர்கள். மழைக் காலங் களில் அந்தப் பள்ளமான பகுதி மலைவெள்ளத்தில் மூழ்கி விடும். நீர் வற்றிய பிறகு அதில் நிறைய வண்டல் மண் படியும். நல்ல உரச்சத்துள்ள புது மண். அங்கு மானாவாரியாக நல்ல விவசாயம் நடக்கும். வெண்டைக்காய், பாகற்காய், கத்தரிக்காய், மிளகாய், பயறு வகைகள், புடலங்காய், வெள்ளரி, பீர்க்கங்காய், பூசணி, சேனைக்கிழங்கு, இஞ்சி, கும்பளங்காய், கரும்பு இப்படிப் பலவகையான காய்கறிகள்.

இந்தக் காய்கறி வகைகளை ஆற்றின் மறுகரையிலிருக்கும் தலையோலப்பரம்புச் சந்தைக்குத் தலைச்சுமடாகக் கொண்டு போய் விற்பார்கள். சுமட்டுக்காரர்களும் விற்பவர்களும் வாப்பா வின் கூலியாட்கள்தான். அவர்கள் யாருமே சட்டைபோடுவ தில்லை. இடுப்பில் இடது புறமாக முறுக்கிக் கட்டப்பட்ட வெளுத்த அரை வேட்டி மட்டும்.

ஒருநாள், வாப்பாவும் தம்பிமார்களும் விவசாயப் பொருட்களைச் சேகரித்துக் கொண்டிருந்தார்கள். உம்மா

தனியாக சின்ன வீட்டிலிருந்து நெல் அவித்துக்கொண்டிருந்தாள். அந்த இடத்தில்தான் அவித்த நெல்லைக் காயப் போடுவதற் கான வெயிலும் இருக்கும். வீட்டில் பல மூட்டைகளில் நெல் இருக்கும். படுப்பதற்கான பாய்களும் தலையணைகளும் சாப்பாடுமெல்லாம் பழைய வீட்டில்தான்.

தெற்குப்புறம், முற்றத்தில் வெயிலில் வெளுத்து நைந்து போன நார்ப்பாய். வீட்டின் முன் புறம் ஒருகுடம் தண்ணீர். அது ஒரு சிறு சட்டியால் மூடப்பட்டிருக்கும். உம்மா பத்து மாதக் கர்ப்பம். வயிற்றில் நான்தான். வைக்கம் முகம்மது பஷீர். காய்ந்த ஓலை மடல்களின் பக்கத்திலிருந்த அடுப்பில் தீ பற்றிப்பிடித்து எரிந்துகொண்டிருந்தது. ஓலைக் குடிசை முழுவதும் புகை மண்டிக்கிடந்தது. அடுப்பில் ஒரு பெரிய செம்புப் பாத்திரம். அது நிறைய அவிக்கப்பட்ட நெல். உம்மா, அதைக் கொஞ்சங் கொஞ்சமாக அகப்பைக் கூடையால் அள்ளிப் பெரிய கூடையை நிறைத்துக்கொண்டிருந்தாள். அப்போது ஓலை மடல்களில் தீப்பற்றிப் பிடித்து உயர்ந்து படர்ந்தெரியத் தொடங்கியது. உம்மாவுக்குப் பிரசவ வேதனை வந்துவிட்டது போன்ற உணர்வு. தீப் புகைச்சலால் கண்கள் எரியத்தொடங்கின. சுவாசத் தடையேற்பட்டது போலிருந்தது. பயங்கரமான சூடும் தட்டியது. உம்மா அவித்த நெல் வைத் திருந்த பெரிய கூடையைத் தூக்கியெடுத்து இடுப்பில் வைத்தாள். பிறகு அவளுக்கு நினைவு திரும்பியபோது மிகப்பெரிய ஆசு வாசம். சுத்தமான காற்று, நீலவானம். பரந்துவிரிந்த இடம். அமைதியான நல்ல சுற்றுப்புறங்கள். உம்மா ஒரு வாழை மரத்தின் கீழ் படுத்திருக்கிறாள். வயிறு காலியாக இருந்தது. அதைத் தடவிப்பார்த்தவள் பதறிப் போய்விட்டாள். "ரப்பே, என் குழந்தை எங்கே?" உம்மா அரைகுறை உணர்வுடன் எழ முடியாமல் எழுந்து பற்றியெரிந்து கொண்டிருந்த வீட்டுக் குள் அல்லாஹு¬ என்றலறிக்கொண்டே ஏறினாள். வெப்பமும் புகையும். குழந்தை எங்கே? அப்போதுதான் கண்டாள்: அல்ஹம்துலில்லாஹ்! இறைவனுக்கு நன்றி. வெறுந்தரையில் ஈரமணலில் அவித்த நெல் நிறைத்து வைக்கப்பட்ட பெரிய கூடையின் மறைவில் குழந்தை கிடக்கிறது. உம்மா அள்ளி யெடுத்து மார்போடு சேர்த்தணைத்தபடி நடந்தாள். வாழை மரத்தின் கீழ் குழந்தையை நெஞ்சில்போட்டுக்கொண்டு மயங்கி விட்டாள்.

நான் பிறந்த வீடு எரிந்து சாம்பலானது... அக்கினி பகவான் மனங்குளிர்ந்தான். அந்த வீட்டில் இனிமேல் யாரும் பிறக்கமுடியாதல்லவா? எல்லாம் இறைவனின் அனுக்கிரகத் தால் மங்களம்.

உலகத்தில் முக்கியமான மாற்றம் ஏதாவது நிகழ்ந்ததா? எதுவுமில்லை. என்னதான் சம்பவித்து விட முடியும்? ஆனால், எதையுமே அறியாத என் வாப்பாவுக்கு ஏதோ ஒரு மனப் பதற்றம். எதுவோ சரியில்லாததுபோல். வாப்பா தோட்டத் திற்கு வந்து வீட்டைப் பார்த்து நடந்தார். மனப்பதற்றம் அதிகரித்திருந்தது. வீட்டைக் காணவில்லை. சிவப்பு மாங் காய்கள் எப்படிக் கறுத்துப்போயின? மனைவி எங்கே?

எல்லாமே பற்றியெரிந்து சாம்பலாகிப் போயிருந்தன. அடுப்புக்கற்களில் ஒரு பெரிய செம்புப்பானை. பக்கத்தில் நெல் நிறைத்து வைக்கப்பட்டிருந்த ஒரு பெரிய கூடை. முற்றத்தில் காலியாகக் கிடந்த பெரிய நார்ப்பாய். ஒரு குடம் தண்ணீர்.

மனைவியைக் காணோம், வீடுமில்லை. அப்படியே அதிர்ச்சி யுடன் நிற்கும்போது – கண்களில்பட்டது. தாயும் குழந்தையும். மார்பகங்களினிடையே மல்லாந்து கிடக்கிறது குழந்தை. அல்ஹம்துலில்லாஹ்!

வாப்பா சத்தமிட்டார். திரும்பவும் இரண்டு மூன்று முறை அவசரக் கூச்சலெழுப்பினார்.

எல்லாரும் வந்து சேர்ந்தார்கள். வாப்பாவின் உம்மாவும் வாப்பாவின் அண்ணனின் மனைவியும் சேர்ந்து உம்மாவை ஆற்றுக்குக்கொண்டு போய்க் குளிக்க வைத்தார்கள். சுத்தமான உடுப்புகளை அணிவித்தார்கள். என்னை உப்பப்பா* கொண்டு போய் ஆற்றில் முக்கியெடுத்துக் கழுவிச் சுத்தம் செய்தார். பிறகு என்னை இரு கைகளிலுமேந்தி ஆகாயத்தை நோக்கி உயர்த்தினார். என் இரு செவிகளிலும் மந்திர உச்சாடனம் சொன்னார். அல்லாஹு நூருஸ் ஸமாவாத்திவல் அருளி. இறைவா, எண்ணற்ற கோடி ஆகாயங்களின், இந்தப் பூமியின் ஒளியாக இருப்பவனே! நிரந்தரமானவனே! பிறகுதான் அல்லாஹு அக்பர் என்ற இறைவனைப் போற்றும் வழக்கமான பாங்கோசையை என் இரண்டு செவிகளிலும் முழங்கினார்.

நான் அழவில்லை என்பதாகவே உம்மாவும் மற்றவர் களும் சொல்கிறார்கள். பிரசவிக்கப்பட்டு, இந்தப் பூமிக்கு வந்த பிறகு நான் ஏன் அழாமலிருந்தேன்? ஆனால், அழு திருப்பேன். அழுதிருந்தால் இறைவனுக்கு மட்டும்தான் கேட்டி ருக்கும். நான் ஊமையாக இருக்கலாமோ என்று ஒரு

* தாத்தா

சந்தேகம் உருவானது. என்னைப் பெற்ற தாயே தளிர் போன்ற என் தொடையில் கிள்ளினாள். மெதுவாகத்தான் கிள்ளினேன் என்று சொல்கிறாள். அப்போது நான் வாய்பிளந்து அய்யோ வென்று அழுததாகவும் சொல்கிறாள். நான் பற்களில்லாத ஈறுகளால் தாயின் மார்பை அழுத்திக் கடித்த விஷயத்தில் எனக்கு உடன்பாடில்லை.

என்னைக் கிள்ளியதற்குப் பழி தீர்ப்பதற்காக நான் செய்ததாகச் சொல்லப்படும் இந்தக் கருத்தை நான் ஆட்சேபித்து மிருக்கிறேன் – 'பாத்துமாவின் ஆடு' என்ற புத்தகத்தில்.

வாப்பா, தலையோலப்பரம்பில் ஆற்றின் பக்கத்திலிருக்கும் பாலாங்கடவில் ஓர் இடம் வாங்கிச் சின்னதாக ஒரு வீடு கட்டினார். குடியிருப்பை நாங்கள் அங்கேயே மாற்றினோம். அது ஒரு மோசமான காலக்கட்டமாக இருந்தது. முஸ்லிம்களுக்கு அரபு மட்டுமே படிக்கலாம். மலையாளம், ஆங்கிலம், ஹிந்தியெல்லாமே நரக வாசிகளான காஃபிர்*களின் மொழிகள். அவற்றைப் படிக்கவோ, படிக்க வைக்கவோ கூடாது. என் பெற்றோர்கள் முதலில் என்னை அரபு படிக்க வைத்தார்கள். குர்ஆன் முழுவதும் படித்தேன். இறைவசனங்கள் தான் குர்ஆன். அதன் தொடக்கமே, வாசிப்பீராக. மனித குலத்தை எழுதுகோலால் எழுதக் கற்றுத்தந்த கருணாமயனான உன் இறைவனின் திருநாமத்தால் வாசிப்பீராக! மனித குலத்திற்கு எழுதக் கற்றுத்தந்தது அரபு மொழியில் மட்டுமல்லவே? மொழிகள், மனிதர்களினிடையே ஏராளமாக இருக்கிறதல்லவா? எழுதவும் வாசிக்கவும் பயில வேண்டும். எவ்வளவோ கால மாற்றங்கள் நிகழ்ந்த பிறகும் முஸ்லிம் சமூகம் ஏன் இதைப் புரிந்துகொள்ளவே இல்லை? இறைவா!

வீட்டுக்கு வந்து எனக்குக் குர்ஆன் கற்பித்துத் தந்தவர், அகமது முஸல்யார். மலையாளம் எழுதவும் வாசிக்கவும் கற்பித்தவர், புதுசேரி நாராயண பிள்ளை சார். ஆங்கிலம் கற்பித்தவர், மத்தாயி சார். சங்கர்ஜி எனக்கு ஹிந்தி கற்பித்தார். நீண்டகாலம் வடஇந்தியாவில் தங்கியிருந்த, கதராடையணிந்த ஹிந்தி பிரச்சாரம் செய்து வந்த ஒரு நல்ல மனிதர் சங்கர்ஜி. வைக்கம் ஆங்கில உயர்நிலைப் பள்ளியில் படிக்கிற காலத்திலிருந்த நிறைய ஆசிரியர்களில் ராமய்யர் சார்தான் விசேஷமாக நினைவில் நிற்கிறார். கல்சட்டி ராமய்யர் என்ற பரிகாசப் பெயரும் அவருக்கிருந்தது. விடுமுறை நாட்களில் வைக்கத்திலிருந்து நான்கைந்து மைல் தூரம் நடந்து தலையோலப்பரம்பில்

---

* முஸ்லிம் அல்லாதோர்

எங்கள் வீட்டுக்கு வருவார். வெள்ளைப் பட்டுச் சால்வையும் போர்த்திக்கொண்டு. இளநீரும் பழமும் கொடுப்போம். ஆலயப் பிரவேசப் போராட்டம் நினைவுக்கு வருகிறது. அடி, உதை, கண்களில் சுண்ணாம்பு தேய்ப்பது, அகாலிகளின் உணவு வினியோகம், தர்ம கைதிகள், சத்தியாகிரகிகள், டி.கே. மாதவன், ஈ.வெ. ராமசாமி நாயக்கர் கே.பி. கேசவமேனோன், ஜார்ஜ் ஜோசஃப், டாக்டர் சைஃபுதீன் கிச்சிலு, மௌலானா முகம்மதலி. இந்திய தேசிய காங்கிரசின் காக்கி நாடாப் பொதுக்கூட்டத் திற்குத் தலைமை தாங்கியவர், மௌலானா முகம்மதலி. டி.கே. மாதவன், ஹிந்து மதத்தின் தீண்டாமையைப் பற்றிப் பேசுவதை ஜாதி ஹிந்துக்களான தலைவர்கள் தடுத்தபோது தலைவராக இருந்த முகம்மதலி அனுமதியளித்தார். டி.கே. மாதவன் அந்தக் கூட்டத்தில் பேசினார். நினைவுகள் கலைந்துபோய்க் கிடக்கின்றன. காந்திஜி வைக்கத்திற்கு வந்ததும் நான் காந்திஜியைத் தொட்டதுமெல்லாம் நினைவுக்கு வருகின் றன. தொட்டது மட்டுமல்ல, கையைப் பலமாகப் பிடித்தேன். நான் காரிலிருந்து விழப்போன நிலையில் அது நடந்தது. ரோடு முழுவதும் ஐயாயிரம் பேர்களாவது கூடி நின்றிருப்பார் கள். நடுவில், மெதுவாக ஊர்ந்து செல்லும் காரில் காந்திஜி.

மோகன்தாஸ் கரம்சந்த் காந்தியைப் பற்றி எனக்கு அப்போது ஓரளவு நன்றாகத் தெரியும். மௌலானா முகம்மதலி, மௌ லானா சௌகத் அலி, பண்டிட் மோதிலால் நேரு, மௌலானா அபுல்கலாம் ஆசாத், பண்டிட் மதன்மோகன் மாளவியா, டாக்டர் சைஃபுதீன் கிச்சிலு, பண்டிட் ஜவஹர்லால் நேரு, டாக்டர் எம்.ஏ. அன்சாரி, சரோஜினி நாயுடு, லாலா லஜபதிராய், ஹஜ்ரத் மோஹானி, சுபாஷ் சந்திரபோஸ் ஆகியோர்களுடைய படங்கள் என் வீட்டிலிருந்தன. மரவியாபாரத்திற்குப் போய் விட்டு வரும்போது என் வாப்பா கொச்சியிலிருந்தும் எரணா குளத்திலிருந்துமெல்லாம் படங்கள் வாங்கிக்கொண்டு வருவார். கூடவே நல்ல பேனாக்களும், மை தொட்டு எழுதும் பேனாக்கள். அழகாக இருக்கும். இந்தியச் சுதந்திரத்திற்காக உருவாக்கப் பட்ட இந்திய தேசிய காங்கிரஸ். இதைப் பற்றியும் நான் அறிந்திருந்தேன். அங்கே பத்திரிகை வாசிப்பவன் நான்தான். அக்கம்பக்கத்திலுள்ள நிறைய ஆட்கள் கேட்டுக்கொண்டிருப்பார் கள். வைக்கம் ஆங்கில உயர் நிலைப்பள்ளியில் ஐந்தாம் படிவத்தில் படித்துக்கொண்டிருக்கும் போது நான் வீட்டி லிருந்து ஓடிவிட்டேன். சில நாட்களாக நடந்து திரிந்து கோழிக் கோட்டுக்குப் போய்ச் சேர்ந்தேன். அங்கேபோய் இந்திய தேசிய காங்கிரசில் சேர்ந்து உப்புச் சத்தியாக்கிரகத்தில் பங்கு வகித்துச் சிறைவாசம் அனுபவித்தேன். கே. கேளப்பன், முகம்மது

அப்துரகுமான், இ. மொய்து மௌலவி போன்ற சுதந்திரப் போராட்ட வீரர்களை எனக்குத் தெரியும். வெறும் அறிமுகம் மட்டுமல்ல, முகம்மது அப்துரகுமானுடன் அல் – அமீன் லாட்ஜில் நான் தங்கியிருக்கிறேன். இந்தியச் சுதந்திரத்திற்காக நடத்திக்கொண்டிருந்த தீவிரமான தேசியப் பத்திரிகைதான் அல் – அமீன். அதன் அதிபர் அப்துரகுமான்தான். நல்ல உயரமான வெளுத்த அழகான ஒரு கம்பீரமான மனிதர். காந்திஜியின் அழைப்பிற்கிணங்கிக் கோழிக்கோடு கடற்கரையில் உப்புச்சட்ட மீறலில் தனது ஆதரவாளர்களுடன் சேர்ந்து உப்புக் காய்ச்சுவதில் ஈடுபட்டவர். வெள்ளைப் பட்டாளமும் இந்தியக்காரர்களான போலீசாரும், ஆர்மி சூப்பரின்டென்டும், இரண்டு லாத்திக்கம்புகளை அப்துரகுமானின் கழுத்தில் நெருக்கிப் பிடித்து மயக்கம் வரச்செய்து வீழ்த்தினர். தாய் நாடான இந்தியாவின் சுதந்திரத்திற்காகப் போராடக் காந்திஜியின் பின்னாலும் இந்திய தேசிய காங்கிரசின் பின்னாலும் அணி சேர்ந்த முஸ்லிம் போராளிகளை முகம்மதலி ஜின்னாவின் பாகிஸ்தான் பிரிவினைவாதிகள் இஸ்லாத்தின் பெயரால் மதவிலக்கம் செய்தார்கள். முஸ்லிம் லீக் தலைவர்கள் பத்வா விதித்தார்கள். கொன்றுவிடுவதாகப் பயமுறுத்தினார்கள். ஊர்விலக்கு, பள்ளிவாசல் விலக்குப் போன்றவையுமிருந்தன. கொல்பவன் யாரடா? அதையும் தான் பார்த்துவிடலாமே என்று அப்துரகுமான் பள்ளிவாசலுக்குள் ஏறினார். தேக சுத்தி செய்துவிட்டுத் தொழுகையில் ஈடுபட்டார். அவர் பிரம்மாண்டமான ஒரு பொதுக்கூட்டத்தில் பேசிக்கொண்டிருக்கும்போதுதான் இறந்தார். மது குடித்தும் பன்றி இறைச்சி தின்றும் கறுப்பினப் பெண்களுக்கு வெள்ளைக் குழந்தைகளைக் கொடுத்தும் மலஜலம் கழித்தால் கழுவாத ஆட்சியாளர்களான அன்னியர்களைப் போராடி விரட்டுவது – இஸ்லாத்துக்கு எதிரானதாம் – சுதந்திரப் போராட்ட வீரர்களான முஸ்லிம்களுக்குப் பிற முஸ்லிம்களிடமிருந்தும் ஓரளவுவரையிலான எதிர்ப்பை நேரிடவேண்டியதிருந்தது. கேளப்பன் போன்றவர்களுக்கெல்லாம் ஹிந்துக்கள் தரப்பிலிருந்து இதுபோன்ற கடினமான எதிர்ப்புகளை நேரிடவேண்டியதிருக்கவில்லை. ‘மூணுசீட்டுவிளையாட்டுக்காரனின் மகள்’ என்ற எனது சிறு புத்தகம் ஒன்றிற்கு கே. கேளப்பன் முன்னுரைபோல் ஒன்று எழுதியிருந்தார். நான் கேட்டு எழுதியதல்ல. ‘மாத்ருபூமி’ வார இதழில் எழுதியிருந்ததை நான் புத்தகத்தில் சேர்த்துக் கொண்டேன். மொய்து மௌலவியுடன் நான் கண்ணூர் மத்தியச் சிறையில் கடுந்தண்டனை அனுபவித்திருக்கிறேன். மதராஸ், கோழிக்கோடு, கோட்டயம், கொல்லம் ஆகிய

ஊர்களில் போலீஸ் லாக்கப்புகளில் அரசியல் கைதியாக நீண்ட நாட்கள் தண்டனை அனுபவித்திருக்கிறேன். தீர்ப்புச் சொல்லாமல் இலவசமாக அனுபவித்த தண்டனை. கோழிக் கோடு, கண்ணூர், திருவனந்தபுரம் ஆகிய நகரங்களின் சிறைச் சாலையில் தீர்ப்புச் சொல்லப்பட்ட தண்டனைகளையும் அனுபவித்திருக்கிறேன். இதெல்லாம் அஹிம்சா வழிப் போராட்டங்கள். காந்திஜியை முன்மாதிரியாகக் கொண்டு, அஹிம்சா வாதியான நான் போலீஸ் லாக்கப்புகளிலும் சிறைச்சாலைகளிலும் தண்டனை அனுபவித்துத் திரும்பி வந்தபோது இரத்தம் சிந்தப்படுவதில் தயக்கம் காட்டாத ஒரு தீவிரவாதியாக ஆகிவிட்டேன். காரணம், இந்தியர்களான போலீஸ்காரர்களிடமிருந்தும் மற்றவர்களிடமிருந்தும் கிடைத்த அடி, உதை, குத்து எனும் ஹிம்சைகளின் அரங்கேற்றம்தான். பகத்சிங், ராஜகுரு, சுகதேவ், சந்திரசேகர ஆஸாத், அஷ்ஃபாக்குல்லா, ஜதின்தாஸ், பட்டு கேசவதத், ராம்பிரசாத் பிஸ்மில் – இப்போது எனக்குப் பெயர்கள் மறந்துவிட்ட வீரப்பெண்மணிகள் பலருண்டு. பெயர் குறிப்பிடப்படாத வீர இளைஞர்களும். இந்தியச் சுதந்திரத்திற்காக மிகக் கோரமான முறைகளில் மரணத்தைத் தழுவிக்கொண்ட வீரத் தியாகிகள்தான் அவர்களில் பெருமளவும். வைஸ்ராய் முதல் கீழ் நிலையிலுள்ள ஒவ்வொரு வெள்ளைக்காரர்களுக் குமே மரண பயமிருந்தது. அன்னியர்களான வெள்ளையர் களுக்குச் சாவு நிச்சயம் என்று அறிவித்துத் தோட்டாக்கள் நிரப்பிய துப்பாக்கிகளுடன் தீவிரவாதிகள் அணிவகுத்து நின்றிருந்தார்கள். அவர்களது எதிரில்தான் அஹிம்சாவாதி களும் சுதந்திரத்திற்காகப் போராடினார்கள். காந்திஜியும் இலட்சோப லட்சம் ஆதரவாளர்களும்.

இறைவனின் கருணையால் பெரிய அளவிலான அல்லல்கள் எதுவுமின்றி இப்போது வாழ்ந்துகொண்டிருக் கிறேன். நான் ஏற்கனவே சொன்னதுபோல், ஹிந்துக்கள், முஸ்லிம்கள், கிறிஸ்தவர்கள், சீக்கியர்கள், ஃபார்சிகள், பௌத்தர்கள், ஜைனர்கள், இறை மறுப்பாளர்கள் – இப்படி யான மக்கள் பிரிவுகளின் உதவியுடனும் ஒத்துழைப்பாலும் தான் எனது தேசாடனக் கால இரவு பகல்களைக் கழித்துக் கொண்டிருந்தேன். சொன்னேன் அல்லவா, எனக்குப் பெரிய அளவிலான ஆசைகள் எதுவும் கிடையாது. நீண்ட யோசனைக்குப் பிறகுதான் நான் எழுத்துக்காரனாக ஆனேன். ஒரு பேனா மட்டும்தான் சொந்தமாக இருந்தது. எழுதியதில் அதிகமும் எனது வாழ்க்கையனுபவங்கள்தான். அவற்றிற்கு நான் அறிந்தமொழியில் அழகாக உருவம் கொடுத்தேன்,

அவ்வளவுதான். நான் இறை நம்பிக்கையாளனாக இருந்தாலும் ஏராளமான நாஸ்திகர்களும் கம்யூனிஸ்ட்காரர்களும் எனக்கு நண்பர்களாக இருக்கிறார்கள். நானும் எனது குடும்பமும் வாழ்வது, அனைத்துத் தரப்பிலான ஆண்கள் பெண்களுடைய ஆதரவுடன்தான். ஹிந்துக்கள், முஸ்லிம்கள், கிறிஸ்தவர்கள் – நாஸ்திகர்கள். இவர்கள் எனது புத்தகத்தைக் காசு கொடுத்து வாங்குகிறார்கள். அதில் ஒரு சிறு பங்கு எனக்குக் கிடைக்கிறது. நான் இந்த நாஸ்திகர்களின் விஷயத்தைப் பற்றிச் சொல்வதற்கு வேறொரு காரணமிருக்கிறது. பழைய சுதந்திரப்போராட்டத் தீவிரவாதிகளிலும் அஹிம்சா வாதிகளிலும் அதிகமும் கம்யூனிஸ்ட்காரர்கள்தான். இதில் குறிப்பிட்ட அளவிலான வர்கள், பகுத்தறிவாளர்கள் என்று சொல்லப்படும் நாஸ்திக வாதிகள். கம்யூனிஸ்ட்காரர்களிலும் பகுத்தறிவாளர்களான நாஸ்திகர்களிலும் நிறைய பேர்கள் என்னைக் 'குரு' என்றுதான் அழைப்பார்கள். அடிவயிறு குடைய வேறென்ன வேண்டும்? ஹிந்துக்களும் கிறிஸ்தவர்களும், முஸ்லிம்களும் உட்பட்ட இவர்கள் என்னைக் குரு என்று சொல்கிறார்களே ஏன்? எனக்குத் தெரியாது. நான் இதுவரை யாருக்கும் எதையும் கற்பித்ததில்லை. ஏதாவது அறிந்திருந்தால்தானே கற்பிக்க முடியும்? இதையெல்லாம் சிந்தித்துப்பார்க்கும்போது உலகே மாயம் என்று ஆறுதல்பட்டுக்கொள்ளத்தான் தோன்றுகிறது. என்னைத்தேடித் தினந்தோறும் யாராவது வந்துகொண்டே யிருப்பார்கள். பெண்களும் ஆண்களும். அப்புறம், புத்தி சுவாதீனமில்லாதவர்களும் வருவார்கள். திருடர்களும் வருவார்கள். ஒருநாள் ஒரு இளைஞன் என்னைப் பார்க்க வந்தான். அவன் பேசுவதைக் கேட்டபோது மனநிலை சரியில்லாதவன்போல் தோன்றியது. அன்பாகப் பேசித் தேநீரும் கொடுத்து அனுப்பி வைத்த பிறகு என் பக்கத்தில் அமர்ந்திருந்த ஒரு நண்பர் சொன்னார்:

"ஆள் யாரென்று தெரிகிறதா? ஒரு முஸ்லிம் மாணவியைப் பட்டப்பகலில் நடுரோட்டில் வைத்துக் குத்திக் கொன்ற அவளது காதலன். ஜெயிலுக்குள்ளிருக்கும்போதும் ஒருவனைக் கொன்றுவிட்டான். பிறகு, பைத்தியக்கார ஆஸ்பத்திரியில் சேர்த்தார்கள். இப்போது வெளியே அனுப்பிவிட்டார்கள்."

அந்த இளைஞன் வழக்கமாக வரத் தொடங்கினான். வந்ததும் குனிந்து என் கால்களைத் தொட்டு வணங்குவான். 'குரு' என்றுதான் என்னை அழைப்பான். கொலைகாரன். இரண்டு மனித உயிர்களைக் காவு வாங்கியவன். ஒருநாள்

சிலபேர்களுடன் பேசிக்கொண்டிருக்கும்போது ஒரு ஆள் வந்து கொஞ்ச தூரத்தில் தென்னை மரத்தில் சாய்ந்து நின்றான். மூன்று நான்கு தடவைகள் சிறைத்தண்டனை அனுபவித்த ஒரு திருடன்.

மற்றவர்கள் அனைவரும் போன பிறகு திருட்டு நண்பன் பக்கத்தில் வந்தான். நான் நாற்காலியைச் சுட்டிக்காட்டி உட்காரும்படி சொன்னேன். ஆனால் அவன் உட்கார வில்லை. தேநீர் கொடுத்தேன். அதை வாங்கிக் குடித்துவிட்டுத் தூரத்தில் குழாயடியில் சென்று தம்ளரைக் கழுவிக்கொண்டு வந்து ஸ்டூலில் வைத்தான். நான் கேட்டேன்: "சௌக்கியந் தானே?"

"குருவைப் போன்றவர்களின் ஆசீர்வாதத்தால்."

நான் கேட்டேன்: "அப்புறம், என்ன விசேஷங்கள்?"

"குருவின் ஆசீர்வாதத்துடன் எனக்கு ஒரு ரூபாய் வேண்டும். நான் ஒரு இடம்வரை போகப் போகிறேன். குரு, கை நீட்டம்* தரவேண்டும்."

நான் ஒரு ரூபாயும் கொடுத்துவிட்டுத் திருட்டு மங்களகர மாக வெற்றிபெற வாழ்த்தினேன்.

இப்போது நான் எழுதியிருப்பதைப் போன்ற கதைகளை யாராலும் எழுத முடியும்தானே? ஒவ்வொருவரது வாழ்க்கை யிலும் எழுத வேண்டியவைகள் நிறைய இருக்கும். நினைவு படுத்திச் சும்மா அப்படி எழுதினால் போதும். நான் சொன் னேனல்லவா? இதற்கொன்றும் பெரிய அறிவும் கற்பனா சக்தியும் மூளையுமெல்லாம் தேவையில்லை. சும்மா யாருமே எழுதிவிடலாம். இனியும் நான் இதுபோன்ற விஷயங்களை எழுதுவேன். எழுதுவதற்கு ஏராளமிருக்கிறது. அப்புறம் எழுதும் போது கருத்துக்கள், கேலிகள், சிந்திப்பதற்கான தூண்டுதல், நல்லதையே மையப்படுத்துதல், ஆரோக்கியமான வாழ்க்கைக் கான மொழிதல்கள், நல்ல முடிவுகளின் மீதான நம்பிக்கைகள் போன்றவைகளை மேற்பூச்சுப்போல் தூவிக்கொள்ளவும் செய்யலாம். முடிவுகள் நன்றாகவே இருக்க வேண்டுமென்ற கட்டாயமிருக்க முடியாது – நமது இந்த அழகான பூமி அழிந்து கொண்டேயிருப்பது போல் – எல்லாமே அழிவை நோக்கி யல்லவா சென்றுகொண்டிருக்கின்றன? இழப்புகளின் விஷக் காற்றுப் பூமியெங்கும் பரந்து வீசிக்கொண்டிக்கிறது. இந்த

---

* போணி

அழிவின், பீதியின் காரணம் யார்? நாமேதான்! மனிதர்கள். ஆண்களும் பெண்களுமான நாம்.

பிறக்கப்போகும் கோடிக்கணக்கான குழந்தை உற்பத்தியைத் தடுக்கவேண்டும். கேட்கும்போதே பதற்றமேற்படலாம். தார்மீகக் கோபம் உருவாகலாம். இதெல்லாம் நல்ல விஷயங்கள்தான். ஆனால், சரியாக யோசித்துப் பார்க்கும் போது கோடிக்கணக்கான குழந்தைகளைப் பிறக்கச் செய்து எதற்காக இந்த விஷம் நிறைந்த கோர உலகிற்குக் கொண்டு வந்து கடும் வேதனையை அனுபவிக்க வைக்க வேண்டும்? சிந்தித்துப் பாருங்கள்.

கபடமும் கொடுங் குரூரமும் அகந்தையும் நிறைந்த மனிதர்கள் உருவானதெப்படி? அமைதியை இழந்துபோன இவ்வுலகில் அமைதியும் சமாதானமும் நிலவச்செய்வதற்கு யார் முன் வருவார்கள்? காயம்பட்ட மனங்களும் இறைவா ... பரிவின் தீரா நீரூற்று. காயமேற்படாத இதயங்களுமிருக்கின்றனவா?

அன்பானவர்களே, நான் இங்கே சொல்பவற்றுள் எதுவுமே எனக்குச் சொந்தமானவைகளல்ல. பல இலட்சம் பேர்களது சிந்தனைகள்தாம். நான் அவற்றையெல்லாம் படித்திருக்கிறேன். கேட்டும், பார்த்தும் நானே அறிந்துகொண்ட விஷயங்கள் என்பதாக யாரும் நினைத்துவிட வேண்டாம். எனக்குக் கண்களும் காதுகளும் சிறிது புத்தியுமெல்லாம் இருப்பதாகவே நானும் நம்புகிறேன். அனுபவங்களும் பரவசங்களும் எனக்குமுண்டு. ஏதோ கொஞ்சம் சிந்திப்பதற்கும் கற்பனை செய்யவும் சொல்லவுமெல்லாம் எனக்கும் தெரியும். பொதுவாகச் சொல்லப்போனால் இது ஒரு கூட்டுச் சிந்தனை. கூட்டு வெளிப்பாடு என்றே கருதிக்கொள்ளுங்கள்.

நான் எழுத்தாளனானது எதேச்சையான நிகழ்வொன்றுமில்லை. ஒன்பது பத்து வருடக்காலமாக இலக்கும் கடிவாளமுமில்லாமல் என்று சொல்வதுபோல், அகண்ட பாரதமும் பிற தேசங்களுமெங்கும் சுற்றித் திரிந்தேன். நாட்டைச் சுற்றி வலையை வீசியதுபோன்ற அலைச்சல். நிச்சயங்களேதுமற்ற காலக்கட்டம். வெயிலையும் மழையையும் வெப்பத்தையும் குளிரையும் சமாளித்துத் திரிந்த தேசாடனம்.

கடைசியில், சொந்த இடமான கேரளத்திற்குத் திரும்பி வந்தேன். ஆக மொத்தச் சொத்தாக ஒரேயொரு பேனா மட்டும்தானிருந்தது.

அடுத்தது என்ன செய்வது?

உயிர்வாழ்வதற்கு உணவு வேண்டும். தலை சாய்ப்பதற்கு ஓர் இடம் வேண்டும். மற்றும் தேவைகளிருக்கின்றனவல்லவா? இதற்கெல்லாம் ஒரு தொழில் வேண்டும். என்ன செய்யலாம்? நிறைய யோசித்தேன்.

அரசியல்வாதியாகலாம். அப்படிச் செய்திருந்தால் மிகக் குறைந்தபட்சம் ஒரு முதல் மந்திரியாகவாவது வந்திருப்பேன். பட்டாளத்தில் சேர்ந்திருந்தால் கேப்டனல்ல, கமாண்டர் இன் சீஃபாகவே வந்திருப்பேன். இதற்கெல்லாம் ஒழுங்கும் கட்டுக்கோப்புமான வாழ்க்கையும் வாழ வேண்டும். பிரம்மாண்ட அறிவும் பந்தாவும் வேண்டும். முதல் மந்திரி ஆகியிருந்தால் அறிவிப்புச் சரங்கள் வெளியிட வேண்டும். ஓடியோடிச் சொற்பொழிவாற்ற வேண்டும். திறப்பு விழாக்கள், நாடாக்கத்திரித்தல், குத்து விளக்கேற்றி வைத்தல் என்று இரவுபகல் இதேவேலையாக இருக்கவேண்டும். பேசாமல் கொள்ளாமல் ஏதாவதொரு இடத்தில் அமைதியாக இருந்து விட முடியுமா? வெயிலில் காயவும் மழையில் நனையவும் சத்தம்போடவுமெல்லாம் என்னால் இயலாது. ஒழுங்கும் கட்டுக்கோப்புமாக வாழவும் முடியாது. என்னதோன்று கிறதோ அப்படியே! படுசோம்பேறியும்கூட. சோம்பேறி களான படுக்கூசு*களுக்குத் தேதாவான வேலையைப் பற்றி மூளையைப் பிசைந்து யோசித்தபோது புதையல் கிடைத்தது போல் ஓர் எண்ணம் உருவானது. இலக்கிய எழுத்தாளனாகி விடுவது. பெரிய அளவிலான அறிவும் தேவையில்லை. பந்தா தேவையில்லை. சும்மா எங்கேயாவது குத்துக்கால் போட்டு உட்கார்ந்து எழுதினால்போதும் சுய அனுபவங்களும் ஏதோ கொஞ்சம் இருக்கத்தானே செய்கிறது? அதையெல்லாம் போட்டுக் காய்ச்சியெடுத்துவிடவேண்டியதுதான். எழுதினேன்.

அப்படியாக நான் எழுத்தாளனாக ஆனேன். அவ்வளவு தான். சொன்னேன் அல்லவா? நான் எழுதுவதுபோல் யார் வேண்டுமானாலும் எழுதலாம். சில்லறை அனுபவங்கள் கூட இல்லாத மனிதர்களோ மனுஷிகளோ இல்லாமலிருப் பார்களா?

சரி, நான் எழுத்தாளனான கிஸ்ஸா*வையும் சொல்லி விட்டேன். சோம்பேறியாக இருந்ததால்தான் எழுத்தாள னானேன். அதற்காக வருத்தமெதுவுமில்லை. மகிழ்ச்சிதான். என்னுடைய புத்தகங்களெல்லாம் சின்னச் சின்ன புத்தகங்கள் தான். விலையும் ரொம்ப மலிவு. மக்களுக்கு வாங்குவதிலும்

---

* ஏளனச்சொல் (முட்டாள்கள்)

* கதை

சிரமமிருக்காது. இங்குள்ள இந்துக்களும் கிறிஸ்தவர்களும் முஸ்லிம்களும் இதை வாங்குகிறார்கள். ஆகவே பெரிய அல்லலில்லாமல் வாழ்ந்துகொண்டிருக்கிறேன். யாருமே புத்தகம் வாங்காமலிருந்தால் நான் வேறு வேலை பார்ப்பேன். எனக்கு வேலி போடத் தெரியும். நிலம் உழத் தெரியும். தென்னை மரமேறுவேன். தூண்டிப் போட்டு மீன் பிடிக்கத் தெரியும். சமையல் வேலை செய்வேன். வீடுகளிலோ ஓட்டல்களிலோ குக்காக வேலை பார்க்கலாம். சினிமா நடிகன் ஆகியிருக்கலாம். அரசு உத்தியோகம் பார்த்திருக்கலாம். இப்போது ஒருவேளை பத்திரிகை ஆசிரியனாகவும் ஆகலாம். வாய்ப்பு வந்திருக்கிறது, இரண்டாயிரமோ மூவாயிரமோ மாதச் சம்பளம் தருகிறோமென்று சொன்னார்கள். நான் ஒப்புக் கொள்ளவில்லை. ஏற்கனவே சொல்லியிருக்கிறேனே, நான் ஒரு சோம்பேறி. நேர ஒழுங்குமுறை கிடையாது. நான் இதையெல்லாம் சொல்லிக் கொண்டிருப்பது கூட எந்த ஒரு ஒழுங்குமுறையும் இல்லாமல்தானே? தோன்றும்போது எழுவேன். தோன்றும்போது குளிப்பேன். தோன்றும்போது சாப்பிடுவேன். சில நாட்கள் குளிக்காமலும் இருப்பேன். சில நாட்கள் பகலில் எழாமலும்கூட இருந்துவிடுவேன். சோம்பேறிகளுக்கும் சோம்பேறிணிகளுக்கும் ஏற்ற ஒரேயொரு தொழில் எழுத்துத் தொழில்தான் என்பதை மீண்டுமொரு முறை அழுத்திச் சொல்வதில் மகிழ்ச்சியடைகிறேன். சுயமரியாதையுமிருக்கும். நான் யாருக்கும் அடிமை இல்லை. சுதந்திரமானவன். பரந்து விரிந்த இந்த நிலத்தில், இறைவனின் இந்தப் பூமியில், மர நிழலில் நான் அமர்ந்திருக்கிறேன். தோன்றும்போது சிறிது சங்கீதம் கேட்பேன். இது ஒரு அனுக்கிரகம். புண்பட்ட மனத்திற்கு ஒரு சாந்தி. நான் இறந்தபிறகு என்னை இந்த மரத்தின் கீழ்தான் மறைவு செய்யவேண்டுமென்று மனைவியிடமும் பிள்ளைகளிடமும் சொல்லியிருக்கிறேன். தலை மேற்குப் பார்த்தும் கால்கள் கிழக்கிலுமாக இருக்கும்படி. தலையை மேற்காகப் பார்த்து வைப்பதற்கு ஒரு காரணமிருக்கிறது. கிட்டத்தட்ட மேற்குத் திசையில்தான் கஃபா இருக்கிறது. இது மக்கா மாநகரில் சவுதி அரேபியாவிலிருக்கிறது. அங்கே மதீனா என்ற நகரில்தான் இறைத் தூதுவராக முகம்மது நபி அடக்கம் செய்யப்பட்டிருக்கிறார். கஃபா, மிக மிகப் புராதனமான வழிபாட்டு ஸ்தலம். அதை நோக்கித்தான் உலகிலுள்ள நூறு நூற்றுப்பத்துக் கோடி முஸ்லிம்கள் உருவமற்ற இறைவனின் முன், தினமும் ஐந்து வேளை பக்தியுடன் தலை தாழ்த்துகிறார்கள். கஃபாவினுள் விசேஷமாக எதுவுமில்லை. அது வெறுமொரு அடையாளம். ஆகவேதான் என் தலையை அந்தத் திசையைப் பார்த்து வைக்கச் சொன்னேன்.

முடிவுகளற்ற பிரார்த்தனைதான் வாழ்க்கை. யதார்த்தங்கள், அமானுஷ்யங்கள், கனவுகள் இவையெல்லாம் ஒன்றுகூடும் அற்புதமான – பிரம்மாண்ட வெளியில் என் மனது சஞ்சரித்துக் கொண்டிருப்பதாகச் சொன்னேன் அல்லவா? சமநிலை தவறிய மனதின் மாயக் கனவுகள்தான்.

அந்திமக் காலத்தின் நீண்ட நெடும் இறுதி முழக்கம். நான் செவி கூர்ந்து கேட்டுக் கொண்டிருக்கிறேன். புளகாங்கிதமோ சோகமோ கிடையாது. நாமெல்லோரும் அகால மரணத்தையடையப் போகிறோம். வேதனையுடன் கூடிய அகோரமான மரணங்கள்.

நாம் அனைவருமே இந்தப் பூமியுடன் சேர்ந்து கொஞ்சம் கொஞ்சமாக மரணித்துக் கொண்டிருக்கிறோம். தினந்தோறும் இரண்டு மூன்று இலட்சம் குழந்தைகள் இறந்து கொண்டிருக்கின்றன. மருத்துவ உதவியில்லாமல், வயிற்றுக்கு உணவில்லாமல். அது போலவே ஆயிரக்கணக்கான ஆண்களும் பெண்களும்! உண்ண உணவில்லை. உடுக்க உடையில்லை. தலை சாய்க்க ஒரு இடமில்லை. மருத்துவ வசதிகளில்லை. இப்படி, பூமிப் பந்தின் சரிவிகிதமான பகுதிக்கும் அதிகமான பெண்களும் ஆண்களும்.

சகோதரத்துவம் எங்கே, அன்பு எங்கே, கருணை எங்கே?

ஓம்... சாந்தி... சாந்தி... லோகா ஸமஸ்தா சுகினோ பவந்து.

ஆசைகள் கூடாது.

உன்னைப்போலவே அயலானையும் நேசி. அயலான் பட்டினி கிடக்கும்போது அவனுக்கான பங்கையளிக்காமல் வயிறு நிறைய உண்பவனே, உனக்கும் மரணம் நிச்சயம் என்பதை நினைவில் வைத்துக்கொள். நீ எல்லாவற்றையுமே மறந்துவிட்டாயா? நன்மை செய்பவனுக்கு நன்மையும் தீமை செய்பவனுக்குத் தீமையும்தான் பிரதிபலன். நினைவில் வைத்துக்கொள். அழிந்துபோகாத ஒரு ஆன்மா உனக்கும் உண்டு.

விஷவாயு, ஆயுதங்கள், அணுகுண்டுகள்.

ஒவ்வொன்றையுமாகச் சொல்லிக்கொண்டிருப்பதில் சிரமமிருக்கிறது. இயலாதவன். நிறைய வயதாகிவிட்டது. தீவிரமான சுவாசத்தடை. வேறு நோய்களுமுண்டு. கண்களில்

கோளாறு. எழுதுவதும் வாசிப்பதும் சிரமம். கண்களில் சாளரம் அறுவைச் சிகிச்சை செய்துகொள்வதற்குத் தைரியமில்லை. கண்களுக்குப் பதிலாக அவர்கள் காதுகளில் அறுவைச் சிகிச்சை செய்துவிடவும் கூடும். பத்து முந்நூறு பேர்களின் கண்களை மருத்துவர்கள் சரிப்படுத்தியெடுத்து விட்டதாகப் பத்திரிகைகளில் வாசித்தோமல்லவா? நான் அறுவைச் சிகிச்சை செய்து கொள்வதாக இல்லை. இறை வனின் இந்தப் பூமியில் அற்புதங்கள் பலவற்றைக் கண்டு விட்டேன். போதும் அது. பார்வைத்திறன் குறைந்துகொண்டே வருகிறது. அடிவானம் நெருங்கி

வந்துவிட்டது. மிகச்சீக்கிரமாகவே பூரணமாகப் பார்வை இழந்துபோகும். நானும் எனது பிரபஞ்சங்களும் ஆதியிலிருந்த அந்தகார இருளுக்குள் ஆழ்ந்துவிடுவோம்.

நானும் – பிரபஞ்சங்களும்

நானும் – முடிவின்மையும்

நான் எங்குச் செல்கிறேன்? மரணத்துடன் எல்லாமே முடிந்துபோய்விடுகின்றனவா? உடல் அழிந்துபோகிறது. ஆன்மா எஞ்சியிருக்கிறது. அழிவற்றது ஆன்மா.

நானும் – முடிவின்மையும்.

இந்தச் சிந்தனையுடன் நிலவுபொழியும் ஒரு இரவில் – விசால, விசாலமான, நிசப்தமான பெரும்பாலைவனத்தில் ஏகாந்தமாக அமர்ந்திருந்தது நினைவு வருகிறது. அடிவானப் பரப்பிற்குள் நான் மட்டும் தனியனாய். மின்னிப் பிரகாசிக்கும் விண்மீன்கள். ஏகாந்தப் பீதியுடன்கூடிய அற்புதமான இரவு.

நான் நின்றது போலவே, யுக யுகங்களாகக் கோடிக் கணக்கான ஆண் பெண்கள் நின்றிருக்கக் கூடும். யாருடையவும் குடும்பச் சொத்தல்லவே பாலைவெளி. ஆகாயமும் நட்சத் திரங்களும் பொன் நிலவும் யாருடையவாவது தனிச் சொத்தா? கடலும், குன்றும், மலைத் தொடர்களும், கணவாய்ப் பிரதேசங் களும், குகைகளும், அடர்ந்த வனாந்திரங்களும் – இறைவா, அழகிய இந்தப் பூவுலகம் யாருடைய அம்மாமார்களுக்கும் சீதனமாகக் கிடைத்ததல்லவே? இந்த உண்மைகளை ஒப்புக் கொள்ள மறுக்கும், பறவை மிருகாதி உயிரினங்களில் மிகவும் கொடிய இனமாக இருப்பது மனித இனம்தான்.

மிகப் புனிதமெனக் கருதப்படுபவனும் இவன்தான்.

வைக்கம் முகம்மது பஷீர்

மோகன இராகங்களால் இதயங்களைப் பரவசப்படுத்தி மகிழ்ச்சிகொள்ளச் செய்தவனும் இவ்வுலகை நாதஸ்வர ரூபியாக மாற்றிக்கொண்டவனும் இவன்தான். இவனேதான் அறிவு ஜீவியான விஞ்ஞானி. இவனது அறிவில் பெருமளவும் நல்ல விஷயங்களுக்குப் பயன்படுவதில்லை. இவன் ஏதோ சிலவற்றையெல்லாம் உருவாக்கியும் ஏராளமான அழிவுகளை ஏற்படுத்தியுமிருக்கிறான்.

மிருகங்கள், பறவைகள், ஊர்வன, நீர் ஜந்துக்கள், எனப் பல உயிர்களின் இனமே அழிந்து போயிருக்கின்றன. செடிகள், விருட்சங்கள், காடுகள் – அனைத்தையுமே மனிதன் அழித்துக் கொண்டே வருகிறான். கறுப்பு மனிதர்களையும் சிவப்பு மனிதர்களையும் வெளுப்பு மனிதன் கொன்றழித்துக் கொண்டே இருக்கிறான். ஏற்கனவே சொன்னதுபோல் மனித குலத்தில் பகுதிக்கும் அதிகமானவர்கள் பட்டினி கிடக்கிறார்கள். தலை சாய்க்க இடமில்லை. மருத்துவ உதவியில்லை. கல்வி யறிவு கிடையாது. எதுவுமே இல்லை உதவிக்கு யாருமே கிடையாது. மதங்கள், அடிப்படை நம்பிக்கைகள் எல்லாமே இருக்கின்றன. இருந்தும்?

சொன்னேனே, பசியும் பிணியும் அமைதியின்மையும் தான் மிச்சம். மனித குலத்தின் பெருமளவும் பீதியுடன்தான் பீதி!

இறைவா, நீயே எல்லாம் அறிந்தவன். நீயல்லவா இந்த அற்புதமான, அழகான, பயங்கரமான பிரபஞ்சங்களையும் மனிதர்களையும் சிருஷ்டித்தவன். பூமியில் நிரந்தரமான, அமைதியெனும் நற்கருணை நாதத்தின் மீது இடிவீழ்வதுபோல் அதோ... அதோ வருகின்றது.

விண்வெளி யுத்தம்.

கிரக யுத்தம்.

பிரம்மாண்டமான யுத்தம்.

இறைவா, யார் இது, யார்மீது, எதற்கு?

ஆம்! அழகான இந்தப் பூலோகம் மரணமடைந்து கொண் டிருக்கிறது. முன்னறிவிப்பு வந்துவிட்டது. ஆயிரத்திற்கு மதிகமான புத்தகங்கள், சொற்பொழிவுகள், வானொலி, திரைப்படம், தொலைக்காட்சி.

இருந்தும்?

இருந்தும் உலகம் அழிந்துகொண்டுதானிருக்கிறது. பூமி, நீர்த்தடாகங்கள், காற்று, அண்டவெளி, சந்திரமண்டலம் – முழுவதுமே விஷ மயம். தாவர இனங்கள், தானிய வகைகள், கிழங்குகள், மலர்கள், பழவர்க்கங்கள் அனைத்திலுமே விஷம். மனிதனின் பெருங்குடலிலும் இதயத்திலும் மூளையிலும் — விஷம். அம்மா தரும் தாய்ப்பாலிலும் விஷம்.

எல்லாவற்றிலுமே விஷம்.

ஆக்சிஜன் குறைந்துகொண்டே வருகிறது. எல்லாமே விஞ்ஞானத்தின் மகத்தான சேவை.

விஞ்ஞானம் எனும் மகத்தான செடி, பயமுறுத்தும் விருட்சமாக மாறியிருக்கிறது. இறைவா, அந்த விருட்சத்தில் அழகிய மலர்களும் நல்ல கனிகளும். மலர்கள், விஷ வித்துக் களாகவும் கனிகள், அணு, ஹைட்ரஜன், நியூக்ளியர் குண்டு களாகவும்.

இப்போது இந்த நிமிடத்தில் உலகையே அடக்கியாளும் ஆசையுடன் மல்லுக்கு நிற்கும் ஆட்சியாளர்களான பெரிய கடவுள்களது திருக்கரங்களில் ஒரு இலட்சத்திற்குமதிகமான அணுகுண்டுகளிருக்கின்றன. வெடித்துச் சிதறி நூறு நூறு தடவை மீண்டும் சீறிப்பாய்ந்து விரிந்து செல்லும் கோரமான அக்கினிப் பிளம்புகள்.

ஹிரோஷிமா, நாகசாகி – மனப்பதற்றத்துடன்தான் நினைவுபடுத்திப் பார்க்க முடிகிறது. வெள்ளையர்களல்லாத ஒரு மக்கள் சமூகம் ஆயிரமாயிரம் இலட்சோபலட்சமாக வெந்து தகர்ந்து செத்து மடிந்தனர். நகரங்கள் தகர்ந்து நிலம் பதிந்தன. இலட்சக்கணக்கானோர் அங்கஹீனர்களா கவும் தீராவியாதிக்குள்ளாகியும் செத்து வாழ்கிறார்கள். பெண்கள், ஆண்கள், குழந்தைகள், விலங்குகள், பறவை யினங்கள் அனைத்தும்.

இறைவா, உலகை அடக்கி ஆளும் வெறி. ஆற்றிலெ, செங்கிஸ்கான், அலெக்ஸான்டர் தி க்ரேட் இப்படியாக எத்தனையெத்தனை ஜாம்பவான்கள். சமீபத்தில் அடால்ஃப் ஹிட்லர் இப்படிப் பலர். எல்லாருமே செத்து மடிந்து மண்ணோடு மண்ணாகி மக்கிப் போய்விட்டார்கள்.

எல்லாருமே போய்விடுபவர்கள்தானே இறைவா? எல்லாருமே போய்விடுபவர்கள்தானே?

நாகசாகியிலும் ஹிரோஷிமாவிலும் வெடித்த குண்டுகளை விடவும் ஆயிரமோ பல்லாயிரமோ மடங்கு பயங்கர வீரிய முள்ள இலட்சத்திற்குமதிகமான அக்கினிக் குண்டுகள்.

இறைவா, பூலோகத்தில் உன்னால் சிருஷ்டிக்கப்பட்ட உயிர்கள் ஒவ்வொன்றையும் மனித குலத்தின் ஒவ்வொரு பெண்ணையும் ஆணையும் ஒவ்வொரு குழந்தையையும் ஒன்பதுமுறை கொல்வதற்கான ஒரு இலட்சத்திற்குமதிகமான அதி பயங்கரமான அக்கினிக் குண்டுகள்.

இறைவா, உன்னால் படைக்கப்பட்ட என்னையும் இங்கே கூடியிருக்கின்ற உங்கள் ஒவ்வொருவரையும் மற்றும் சகலமான ஜீவராசிகளையும் இருபத்தையாயிரம் சிறு சிறு துண்டுகளாகத் தகர்த்து உருக வைத்து ஆவியாக மாற்றிப் பெருவெளியில் கரைத்துவிடச் செய்யும் ஆயுதபலம்.

குண்டுகளை வெடிக்க வைக்கும் ஸ்விட்சுகள் ஒவ்வொன்றின்மீதும் மதுக் குவளைகளின், போதை மருந்துகளின் விரல்கள் தொட்டுக்கொண்டிருக்கின்றன.

இறைவா, யாரிடம் போய் முறையிடுவது?

அக்கினிக் குண்டுகள் அனைத்தும் புகைந்தெரிந்து ஆங்கார முழக்கத்துடன் அண்டசராசரங்களும் நடுநடுங்குமாறு பெரும் பயங்கரமான ஓசையுடன் வெடித்து வெடித்துப் பூவுலகம் முழுவதுமாகப் படர்ந்தெரியும்.

பூவுலகமே... ஜீவராசிகளே, நானுட்பட்ட மனிதகுலமே... செவிசாய்த்துக் கேளுங்கள்.

இறுதி முழக்கம். சகலமானவற்றின் இறுதி ஓலம். உலக அழிவிற்கான இறுதி முழக்கம்.

செவி சாய்த்துக் கேளுங்கள்.

அழகிய இவ்வுலகம், பிரம்மாண்ட பிரம்மாண்டமாகப் பிரம்மாண்டமான பிண நிலமாகி நாறப்போகிறது.

செவி சாய்த்துக் கேளுங்கள்...

இறுதி நாளின் கொம்புகள் முழங்குவதை.

உலகம், ஆதியிலிருந்த அந்தகாரக் கூரிருளில். விஷம் நிறைந்த நாற்றமடிக்கும் கூரிருளில் மூழ்கப் போகிறது.

பீதி நிறைந்த இறுதி அழிவு.

இந்த அழிவிலிருந்து உலகையும் பிற ஜீவராசிகளையும் நான் உட்பட்ட மனிதகுலத்தையும் கருணாமயனான இறைவா, எனக்கு எதுவும் சொல்லத்தோன்றவில்லை.

மங்களம்

சுபம்.

1992